கொலைக்கார நிலவு

பிந்து சாரா & உங்கள் செல்வா

ஏலே பதிப்பகம்

கொலைக்கார நிலவு– நாவல்

எழுத்தாளர்: பிந்து சாரா மற்றும் உங்கள் செல்வா
முதல் பதிப்பு: நவம்பர் 2021

வெளியீடு:
ஏலே பதிப்பகம்
5/175, பாத்திமா நகர்,
கூத்தென்குழி,
திருநெல்வேலி – 627104
தொடர்புக்கு: 9944992571

Kolaikara Nilavu - Novel

Author: Selva & Bindu Sara
First Edition: November 2021

Published By:
Aelay Publish
5/175, Fathima nagar,
Kuthenkuly,
Tirunelveli -627104
Phone: 9944992571

Design And Executed by

aelay Publish.com

ISBN : 978-93-5533-208-0
Page : 380

ஆசிரியர் குறிப்பு.....

பிருந்தா சரவணன் (பிந்து சாரா)
M.A. M.Phil (English)

ஆங்கிலத்துறையில் படித்து இருந்தாலும் தமிழில் கதை எழுத ஆர்வம் கொண்டுள்ளதால் தமிழில் 5 நாவல்கள் எழுதியுள்ளேன். பல ஆன்லைன் தளங்களிலும் சிறுகதை மற்றும் நாவல்களும் எழுதியுள்ளேன். மாயாஜாலம் மற்றும் முரண்பாடு சார்ந்த கதைகள் எழுதுவது மிகவும் பிடிக்கும். தொடர்கதைகளும் எழுதத் துவங்கியுள்ளேன், விரைவில் அதையும் பதிவிடவுள்ளேன். கிரைம் கதையும் என்று தற்போது எழுதிக்கொண்டுள்ளேன். பிழைகளை பொறுப்புடன் சுட்டிக் காட்டி, மேலும் என்னை எழுத ஊக்கப்படுத்திய அனைவருக்கும் நன்றி

என்னுரை....

விண்ணிற்க்கு இரு சிறகுகள் முளைத்தால் எப்படி இருக்கும். இதுபோல எனது கற்பனையில் படைக்கப்பட்ட படைப்பு இது. ஒரு சதுரங்க அட்டையில் உள்ள சிப்பாய் போல நமது வாழ்வும்.
நமது வாழ்வின் அடிப்படை சார்ந்த கதை இது.
அந்த சிப்பாய்க்கு முன்னே வருபவன் யார் என்று தெரியாது. அதே போல் தான் நமது வாழ்க்கையும் அடுத்து என்ன நடக்கும் என்று யுகிக்க முடியாது.

அந்த சிப்பாய்யால் பின் நோக்கியும் செல்ல முடியாது. அதேபோல் தான் நமது வாழ்க்கையை பின் நோக்கி சென்று எதையும் மாற்ற முடியாது.
எது நடந்ததோ அதை ஏற்று கொண்டு வாழப் பழகிக்கொள். நடந்ததை மாற்ற நினைக்காதே நடக்கப்போவதையும் மாற்ற நினைக்காதே வாழ்க்கையை வாழ்க்கையாய் வாழப் பழகிக்கொள்.

நீ நல்லவனாக இருந்தாலும் இவ்வுலகம் ஏசும்...
நீ கேட்டவனாக இருந்தாலும் இவ்வுலகம் ஏசும்...
நன்மை செய்தாலும் சரி....
நீ தீமை செய்தாலும் சரி....

பேசுபவர்கள் பேசிக்கொண்டு தான் இருப்பார்கள்...
அடுத்தவர் புறம் கூறுவதற்காக வாழ்வதை விட.
உன் வாழ்க்கையை வாழ்க்கையாய் வாழ்ந்து விடு...

அத்தியாயம்-1

அமைதியானயிடம்... மருத்துவர் அறை என்று யாராலும் சொல்ல முடியாது. சுற்றிலும் வண்ண வண்ண சிறு செடிகள் அமர்ந்து வருபவர்களை வேடிக்கை பார்த்துக்கொண்டிருந்தன. அந்த மருத்துவர் கம்பீரமாக அவள் முன் அமர்ந்திருந்தான்.

பார்பதற்க்கு சாதாரணமாக அந்த பெண் தெரிந்தாலும். அவளுக்குள் எரிமலை ஒன்று கொழுந்துவிட்டு எரிந்துக்கொண்டிருந்தது. கிட்டதட்ட அவள் வந்து ஒரு மணி நேரம் ஆனபோதிலும், ஒரு வார்த்தை கூட பேசாமல். தனது மை எழுதிய கண்களால் அங்குமிங்கும் வெறிக்கப் பார்த்துக்கொண்டிருந்தாள்.

ஏதோ சொல்ல வருவதும்... வாய் வரை வந்த வார்த்தையை திரும்ப விழுங்குவதும் என்று சிறுப்பிள்ளையாக சேட்டை செய்துக்கொண்டிருந்தாள்.

என்ன தான் அந்த புகழ்பெற்ற சைக்கார்டிஸ்டுக்கு ,வந்திருக்கும் புது பேசன்ட் அமைதியாக இருப்பது சலிப்பு தட்டினாலும். முகத்தில் எந்த வெறுப்பும், சுழிப்புமில்லாமல் சாதாரணமாக முகத்தை

வைத்துக்கொண்டான். அதே சமயத்தில் கண்களில் கணிவு பொங்க.. சாந்தமான விழிகளை கொண்டு அமர்ந்திருந்த டாக்டரின் முன் ஒரு மணி நேரம் அமைதியாக அமர்ந்திருந்தாள் .

“டாக்டர் அப்பாய்ன்ட் மென்ட் டைம் முடிந்தது நான் கிளம்பவா? “என வந்ததிலிருந்து வாயை திறக்காமலிருந்தவள். அவளுக்கான நேரம் முடிந்ததும், இனிமையான குரலில் கேட்க.

“என்ன மிஸ்...”என நிறுத்தியவன் அவன் அருகிலிருந்த கோப்புகளை புரட்டி அவளது பெயரை படித்தான்.

“என்ன மிஸ்... உத்ரா அதுக்குள்ள கிளம்பிட்டா எப்படி “என சிரித்த முகத் தோடு கூறினான் அந்த டாக்டர்.

“ஒரு மணிநேரம் தானே அப்பாய்ன்ட்மென்ட் போட்டிருந்தது அது முடிஞ்சிடுச்சே”என சம்மந்தமில்லாதவள்போல் பதில் அளித்து டாக்டரை பார்த்தாள் உத்ரா.

“உங்களுக்கானது ஒரு மணி நேரம் தான்.. ஆனா அது நீங்க பேசியதிலிருந்துதான் கணக்கில் எடுத்துக்க முடியும் “என அந்த டாக்டர் சொல்ல.

“இது போங்கு ஆட்டம்.. நான் ஒத்துக்க மாட்டேன் “என சிறுப்பிள்ளையாக சினுங்கினாள். உத்ரா; துடுக்கான பெண்...ஒருவரை பிடித்துவிட்டால் மொத்த பாசத்தையும் வைத்துவிடுவாள்.. அந்த உறவின் பிரிவை ஏற்றுக்கொள்ள முடியாத தவிப்பு அவளிடமில்லாத நாளில்லை. ஏனோ முதல் சந்திப்பில் இந்த டாக்டரை பிடித்துவிட்டது. அமைதியான குணம் பேச்சு அனைத்தையும் விட அவனது பொறுமை.. உத்ராவுக்கு பிடித்தது. இயல்பாகவே பொறுமையாக,பாசமாகயிருக்கும் ஆண்களை அவளுக்கு மிகவும் பிடிக்கும்.

“இன்னும் முக்கா மணி நேரமிருக்கு...நீ பேசுவதிலிருந்துதான் கணக்கு எடுத்துப்பேன் “என அந்த டாக்டர் வசிகர புன்னகை வீச.

“சரி சரி... நான் கடுப்படிச்சதுக்கு மன்னிச்சிடுங்க. எனக்கு மனசு கொஞ்சம் சரியில்லை. ஏதோ ஒரு வேகத்தில் அப்பாய்ன்ட்மென்ட் எடுத்துட்டேன். ஆனா விருப்பமில்லை. சரி... வந்து ஒரு செஷன் அட்டண்ட் பண்னிபார்க்கலாம்னு வந்தேன்.. எனக்குள் ஒரு தயக்கம் “என உத்ரா தன்னிலை விளக்கம் கொடுக்க.

“சரி... அதுவிடு.... பிரன்ட்ஸ் “என அந்த டாக்டர் கரங்களை நீட்ட.

“பிரன்ட்ஸ் ...ஆ ...!”என அதிர்ந்தவள்.

“ஏன் என்னாச்சி கெட்ட வார்த்தை கேட்டது போல ஷாக் ஆகுற...”என டாக்டர் வினவ.

“அது எல்லாம் அப்படித்தான்...பிரன்ட்ஸ் வேண்டாம் “என இவ்வளவு நேரமிருந்த சிறு புன்னகையும் அவளது குழந்தை முகமும் கருமை சூழ்ந்துக் கொண்டது.

“சரி...லெட்ஸ் பி எனிமிஸ் “என எதிரியாக அந்த டாக்டர் கரங்களை நீட்ட.

சற்று முன் மறைந்திருந்த குறும்பும், புன்னகையும் அவளது முகத்தில் தாண்டவமாட.

“சரி.. எனிமிஸ்... என் இனிய எதிரி “என வாயில் முனுமுனுத்துக்கொண்டவள்.

“சரி.. ஒரு ஜூஸ் குடிக்கலாமா “

“கண்டிப்பா.. எங்க போலாம் ?”

“பக்கத்தில் வரும்போது கரும்பு ஜூஸ் பார்த்தேன்; அடுத்த தெருவில், அங்கு போலாமா?”.

“சரி...” என்பது போல தலையாட்டி சிரித்துக்கொண்டே அவளது ஒவ்வொரு அசைவுகளையும் அவளது டாக்டராக கவனிக்க துவங்கினான்.

'இவளுக்கு சாப்பிடறது பிடிக்குது, நண்பர்களும் பிடிக்குது, ஏதோ காரணத்தால நண்பர்களை தவிர்த்து கொண்டிருக்கிறாள் 'என மனதில் குறித்துக்கொண்டவன். அவள் முன் நடக்க பின் நடந்துவந்தவன். ரிசப்சனில் நின்று..

"இன்னும் ஒரு மாசத்துக்கு நான் வர மாட்டேன் ... என் பேசன்டை வேற டாக்டர்கிட்ட மாத்திவிடுங்க. எதாவது எமர்ஜன்சி வந்தா மட்டும் இன்பார்ம் பண்ணுங்க " என அவசரமாக சொல்லிவிட்டு உத்ரா பின்னால் சென்றான்.

வழியில் கவனமாக நடந்தவளுக்கு சாலையை கடக்கும் போது உடலில் ஒரு அதிர்வு ஏற்ப்பட்டது.

டாக்டர் உத்ராவின் அதிர்வை கட்டுப்படுத்த அவளது கரங்களை பிடித்துக்கொண்டான்.

தனக்கு உதவி செய்ய ஒரு கரமிருக்கிறது என்ற நம்பிக்கையில்; உத்ரா அந்த மிரட்டும் சாலையால் ஏற்பட்ட பயத்தை தூக்கி எறிந்திருந்தாள்.

பாதி சாலையை கடந்ததும்..அந்த கரும்பூ ஜூஸ் கடை தென்பட. சிறு குழந்தையாக மாறி ஓடிபோனாள். அவள் போவதை

பார்த்துக்கொண்டிருந்தவனின் கண்களுக்கு உத்ரா சிறு குழந்தையாகத்தான் தெரிந்தாள்.

ஜூஸ் போட்டுக்கொண்டிருந்த அந்த முதியவரின் கடையில் கூட்டம் அலைமோதி கொண்டிருந்தது. சற்றுக்கூட்டம் குறையட்டும் என இருவரும் அந்த கடைக்கு அருகில் நின்றிருக்க.

உத்ராவை கண்டு கொண்ட முதியவர்.. “ஹாய் ...”என உத்ராவுக்கு கைகாட்ட.

“ஹாய் டார்லிங்...”என கத்தினாள்.

டாக்டர் அவளை பார்த்து “ரெகுலர் கஷ்டமரா “என கோள்வி எழுப்ப.

“இல்லை... காலையிலத்தான்... ஹாஸ்பெட்டல் வருவதற்க்கு முன்னாடி.. ஒரு அட்டன்டன்ஸ் போட்டுட்டு வந்தேன் “என சொல்லும் போதே.. கடையில் வேலை செய்யும் பையனிடம் இரண்டு ஜூஸை கொடுத்து அனுப்பினாரந்த பெரியவர். உத்ரா தனது கையில் ஒன்று வாங்கிக்கொண்டு டாக்டருக்கு ஒன்று எடுத்துக்கொடுக்க.. அமைதியாக குடித்து முடித்தவன்.

“பரவாயில்லையே ஒரே நாளில் இந்த ஏரியாவில் நிறைய பேரை தெரிந்து வைத்திருக்க... “என டாக்டர் சொல்ல.

“நமக்கு சாப்பிடனும்..... அதுக்கு....கியூட்டா இது போல டார்லிங்ஸ் பிடிச்சி வைத்துக்கொள்வது நல்லது தானே “என டாக்டரிடம் சொல்லிக்கொண்டிருக்கும் போதே. அந்த கடைக்கு சொந்தக்கார தாத்தா வந்து இவர்கள் அருகில் நிற்க.

“என்ன டார்லிங் ரொம்ப கலைச்சி போய்யிட்ட... டேய் தம்பி என் டார்லிங்குக்கு ஒரு ஜூஸ் கொடு “என அந்த கடை முதலாலி போல இவள் ஆர்டர்போட. இவளின் பழக்கவழக்கத்தை பார்த்து வியந்தான் அந்த நெடு நெடுவென வளர்ந்திருந்த டாக்டர்.

ஜூசை வாங்கி குடித்துக்கொண்டே அந்த கடைமுதலாலி டாக்டரை பார்த்து .

“காலையில தனியா தான போன... இந்த தம்பி யாரு ?”என டாக்டரை ஆராய்ச்சி பார்வை பார்க்க.

“இவனா... எனோட புது எதிரி பேரு இனியா “என சொல்ல.

டாக்டர் திருதிரு என முழித்தான்..”என்னா இனியா வா ?” என் பேர் ..அதில்லை “என சொல்ல வரும் போது தடுத்தாள் உத்ரா.

“என் இனிமையான.எதிரி…ஷார்ட்டா இனியா “என துடுக்காக சொன்னவளை பார்த்துவியந்தான்.. பெரிய மனோதத்துவ நிபுணன் …இவனையே குழப்பிவிடும் சக்தி படைத்தவளாகயிருந்தாள் உத்ரா.

சிறிது நேரம் அந்த பெரியவரிடம் பேசிவிட்டு.

“டார்லிங்.. ஒரு மெஷின் வச்சி இந்த கூட்டத்தை சமாளிக்க முடியாது, மூனு மெஷின் போடயிடமும் தாராளமாயிருக்கு.. மூனு பேரை வேலைக்கு வைத்துவிட்டு ஜம்முனு ராஜா மாதிரி உட்காந்து வேலை பாரு “என உத்ராவுக்கு புதிதாக கிடைத்த டார்லிங்கின் உடல்நிலையில் அக்கறை கொண்டாள் உத்ரா.

பார்த்த சில மணி நேரத்தில் அன்பு செலுத்தும், இவளது அன்பில் வெயிலில் கறையும் ஐஸ் கட்டியைவிட வேகமாக உருகியிருந்தார் அந்த பெரியவர்.

“என் பியுட்டி சொன்னா சரி தான் “என அவரும் உத்ராவுக்கு ஒரு செல்ல பெயர்வைக்க.

“பரவாயில்ல… என் மக்கு டார்லிங்க் கு இங்கிலிசு எல்லாம் தெரியுதே”என அந்த பெரியவரின் காலை வார.

“நாங்க எல்லாம் அந்த காலத்துல எட்டாவது படிச்சோம்... ஐ நோ இங்கிலிசு...”என சொல்ல முதல் சந்திப்பு மூவருக்கும் அந்த கரும்பு ஜூஸைவிட தித்திப்பாகயிருந்தது.

“டேய் இனியா... ஒரு மணி நேரம் ஆகிடுச்சா?” என சற்று முன் டாக்டர் டாக்டர் என மரியாதையாக அழைத்தவள் தடாலடியாக டேய் என்று சொல்ல இனியா விழிகளை விரித்து பார்க்க. அவனது எண்ண ஓட்டங்களை புரிந்துக்கொண்டவள்.

“எதிரிக்கு எதுக்கு டா மரியாதை... என் பொட்டெட்டோ “என வெள்ளி சில்லரை குலுக்கிவிட்டார் போல சிரித்தவள்.. அவனுக்கு ஒரு பாய் போட்டுவிட்டு பேருந்து நிற்க்குமிடத்துக்கு விரைந்து சென்றாள்.

ஒரு நாளில் அரை நேரம் வேலைக்கு சென்றுவிட்டு. அரை நேரம் எங்காவது அமைதியான இடத்திற்கு சென்றுவிட்டு.. நிலா வானத்தில் வலம் வருவதற்க்குமுன் அவள் தங்கியிருந்த வீட்டுக்கு வந்து ஒரு குளியலை போட்டுவிட்டு மாடிக்கு சென்று வழக்கம் போல நட்சத்திரத்தை எண்ண சென்றுவிடுவாள். இவளுக்கு துணையாகவும்.. சமையலுக்கும் ஒரு அக்கா . வீட்டையும் இந்த இருவரையும் பாத்துக்கொள்ள ஒரு வாச்மேன் மற்றும் தோட்டக்காரன்.

சமையல் அக்கா.. அவளுக்கு பிடித்த பூரியும் கிழங்கும் தட்டில் வைத்து...வாட்டர் பாட்டில் ஒரு கையிலும் எடுத்துக்கொண்டு மாடிப்படி ஏறி வந்தார்.

"பாப்பா நட்சத்திரத்தை... எண்ணி முடிச்சாச்சா வா சாப்பிடு "என அவளை வலுக்கட்டாயமாக எழுப்பி அமர வைத்து கையில் தட்டை திணிக்க. உத்ராவும் பிடித்த உணவாகயிருந்தாலும், இந்த நேரத்தில் எது கொடுத்தாலும் விசத்தை சாப்பிடுவது போலத்தான் சாப்பிடுவா.. என நினைத்த சமையலக்கா அவள் சாப்பிட்டு முடித்ததும். தட்டை எடுத்துக்கொண்டு கீழே போய்விட்டார்.

அவளுடைய மனம் அவளுடைய க்ளாஸ்மேட்டின் படத்தை வரைய தொடங்கியது... இருவரும் வெவ்வேறு இடங்களிலிருந்தாலும்... இருவரையும் இணைத்திருந்தது அந்த தொலைப்பேசி.

ஆரம்பத்தில் போன் பேச பிடிக்காதவலாயிருந்தாலும்... அவனது குரலாளும் பாசத்தாலும் இவளது மனதின் பூட்டை சிறிது சிறிதாக உள்ளே நுழைந்து இம்சை செய்துகொண்டிருந்தான்... அவளுடைய சொல்லாத காதலுக்கு சொந்தக்காரன்... இவளுடைய க்ளாஸ்மேட்...

அவன் ... தன் காட்டுக்கு தான்தான் ராஜா என்பது போல சுற்றி திரிபவன். முதல் சந்திப்பில் அவனை பற்றி தெரிந்துக்கொண்டது.. கடினமானவன்,தனக்கு பிடித்ததையும் ,செய்ய நினைப்பதையும் செய்ய துடிக்கும் துடிப்பான இளைஞன். அவனது பிடிவாதம் எந்த வகையிலிருக்கும் என்றால். ...

அவளை முதல் சந்திப்பிலேயே பிடித்து ...அடுத்து வர சந்திப்பில் காதலித்து ... கல்யாணம் குழந்தைகள் என அடுத்தடுத்த சந்திப்பில் அவளுடன் கற்பனையில் ஒரு வாழ்க்கையையே வாழ்ந்துவிட்டான். ஆனால் அவனாக அவளிடத்தில் வந்து பேசவில்லை. அவள்தான் அவனிடம் சென்று பேசவேண்டும் என்ற எண்ணம் கொண்டு... அவனது எண்ணத்தில் வெற்றியும் பெற்றிருந்தான்.

தோழிகளுடன் சாப்பிட சென்ற அவள்... வழியில் அவனை பார்த்த போது ஒரே வகுப்பில் படிக்கிறோமே சாப்பிட்டாச்சா என அவனிடம் கேட்டாள். அதன் பிறகு நேரில் பேசிக்கொள்ளாவிட்டாலும். மெசேஜில் பேச துவங்கினார்கள்.

இப்படியே பட்டும் படாமல் தாமரையிலை தண்ணீர் போல சென்றுக்கெண்டிருந்தது. சில

மாதங்களுக்கு பிறகு அவனது எண்ணப்போக்கு அறிந்து ... குடும்பத்திலிருக்கும் பிரச்சினை போதாது என காதல் திருமணத்தால் வீட்டிலிருக்கும் நபர்களின் நிம்மதியை கெடுக்க விரும்பாமல் அவனிடமிருந்து விலகியேயிருந்தாள்.

என்னாத்தான் ஒரு பிரச்சினை வேண்டாம் என விலகியிருந்தாலும்... நடக்க வேண்டிய அனைத்தும் கட்டாயமாக நடக்கும். அமைதியாக போய்க்கொண்டிருந்த தன் வாழ்க்கையில் புயல்போல தாக்கி இன்று எந்த கரை சேர்வது என தெரியாமல் உடைந்த கப்பலின் படகு போல நடுக்கடலில் உத்ரா தத்தலித்துக் கொண்டிருக்கிறாள்.......காரணம் அவள் காதல்......

அத்தியாயம்-2

ஜூலை 21,

"இன்னைக்கு ஜோன்னு மழை வேற.. குடை கூட எடுத்துட்டு வரலையே எப்படி தான் வீட்டுக்கு போறதோ. கடவுளே எதுனா டாக்ஸி வந்தா கூட பரவாயில்லை இந்த ஓலா கம்பெனிக்காரனுக்கு ஒரு பொறுப்புமே இல்லை.

ஐயோ ஈஸ்வரா என் வீட்டுக்காரருக்கு போன் பன்னாக்கூட எடுக்க மாட்டேங்குது... அப்பவே சொன்ன அவர்கிட்ட வோடப்போன் சிம் வாங்காதீங்க ஏர்டெல் சிம் வாங்கி தாங்கன்னு.. கேட்டாரரா…

ஒரே ஒரு வண்டி கூட வரலையே மொதல்ல வீட்டுக்கு போய்ட்டு இந்த சிம் கம்பெனியும் அந்த கார் கம்பெனியும் ஒரு வாங்கு வாங்கனாதான் தெரியும் அவங்களுக்கு…..

இருட்டா வேற இருக்கு….

ரொம்ப பயமா வேற இருக்கே…

இப்பன்னு பார்த்து யாருகிட்ட உதவி கேட்கறுதுன்னு தெரியலையே…

கண்ணுக்கு எட்டுன்ன தூரம் வரைக்கும் யாரும் தெரியலையே.."

ஒரு சப்தம்.... "லொள்ளு".... என்று நாய் குறைக்கும் சப்தம் அது . "ஏய் ச்சி நாயே ஏன் இப்படி பேய் மாதிரி பின்னாடி வந்து கத்துற. அப்படி தூரமா போ நானே பயத்துல நடுங்கிட்டு இருக்கேன் நீ வேற.."

அது மெல்ல நகர ஏய் 'சுச்சு' 'சுச்சு' என்று அவள் அழைத்தாள். "அப்பாடா நமக்கு இந்த நாயாச்சு துணைக்கு இருக்கே. அதை நினைச்சு பெருமை பட வேண்டியதுதான்" அப்போது சர்ரென்று மூன்று பைக் கூச்சல் சத்ததுடன் மழையில் நனைந்த படி வேகமாக வந்தது அவள் அருகில் வந்ததும் அந்த மூன்று வண்டிகளும் வேகம் குறைந்தது பயத்துடன் முகத்தில் மழைசாரளா அல்லது வியர்வையா என்று சரியாக தெரியவில்லை முத்துக்கள் போல் அவை யாவும் உதிர்ந்து கிடந்தன .

அந்த வண்டியில் இருந்த ஒருவன் அவளைப் பார்த்து " என்னா மாமி மாமா இல்லாமல் தனியா இருக்க... நான் வேனுன்னா ஒத்தாசைக்கு இருக்கட்டா "

இன்னொருவன் : "என்னா மாமி மாமா வேளையே தர்ரதேல்லையா இடுப்பு மடிப்பு களையாம இருக்கு"

இன்னோருத்தன் : "மாமி நீ மழையில் நனைஞ்சா இன்னும் நல்லா இருக்கும்."

மாமி : "அடி செருப்பால நாய்ங்களா வந்தனா பிச்சுப்புடுவன் ஒரு பொம்மைக்கு புடவையை கட்டி உட்டுடா போதுமே நாக்கை தொங்க போட்டுகிட்டு வந்துருவிங்களே பரதேசிங்களா.

உங்களை எல்லாம் போலீஸ்ஸான்ட புடிச்சு தந்தா தான் ஆகும்.

அந்த வண்டியில் வந்த ஒருவன் : மாமே பல்லு போன ஆயா மாதிரி கத்துது இதெல்லாம் சரிப்பட்டு வராது கிளம்பு மாமே போலாம்…."

அங்கிருந்து அந்த மூன்று வண்டிகள் கிளம்பியது…

"போங்கடா போங்க எங்கயாவது போய் தண்ணீ லாரில்ல தான் மோதி சாவிங்க.."

சில சில வார்த்தைகள் முனு முனுக்க மீண்டும் அதே தனிமை அவளுக்கு மழையை தவிர வேறு எதுவும் துணையில்லை அந்த நாயும் தன் துணையை தேடச் சென்று விட்டதாள்…..

காலம் கடந்தது மழையும் விட்டப்பாடு இல்லை பயமும் அவளை விட்டு நீங்கிய பாடு இல்லை….

சிறிது நேரத்தில் ஒரு மின்னல் ஒளி அவள் அருகே இறங்கியது அந்த வெளிச்சத்தில் ஒருவன் தொலைபேசியை நோன்டி கொண்டியிருப்பது தெரிந்தது அந்த வெளிச்சம் மறைந்தவுடன் அவனைக் காணவில்லை….

அவளுக்கு இன்னும் பயம் அதிகமானது போனைப் பார்க்கிறாள் , தெருவை பார்க்கிறாள் மறுபடியும் போனை பார்க்கிறாள் , தெருவை பார்க்கிறாள் மழையும் நின்றபாடுயில்லை அவளது பயமும் குறைந்தப்பாடுயில்லை . அந்த வழியாக எந்த வாகனும் வரவில்லை

சிறிது நேரம் கழித்து அதேபோன்று ஒரு மின்னல் ஒளி இம்முறை சற்று தள்ளி அவள் முன்னே இறங்கியது.

இம்முறை அவன் அவள் பின்னால் நிற்கிறான் அவள் பின்னாடி கையில் கோடாரியுடன்….

பட் என்று ஒரு சத்தம்…..

வலசரவாக்கம் ஆர் 2 காவல் நிலையம்

இரவு 1 மணி அளவில்..

"யோ ஏட்டு ரொம்ப மழை பெய்து குடை எடுத்துனு போய் அந்த நாயர் கடையில நாலு பஜ்ஜி வாங்கிட்டு வாயா..

நல்லா சூடான பஜ்ஜியா வாங்கிட்டு வாயா…"

அடை மழை தொடர்ந்து அடிக்க

இன்ஸ்பெக்டர் கணேசன் பஜ்ஜி திங்க உட்கார்ந்தார்…

அப்போது தூரத்தில் உள்ள மின் விளக்குகள் அனைத்தும் அனைந்து அனைந்து எரிந்தன ...

மழை நீர் யாவும் பள்ளத்தை தேடி ஓட

நாய்கள் யாவும் குளிருக்கு ஒதுங்கி நிற்க்க…

வீதி எங்கும் தண்ணீர் உலா சென்றது எந்தவொரு ஆர்ப்பாட்டம் இன்றி அமைதி நிறைந்த அந்த ஆர்ப்பாட்டத்தின் நடுவே ஒருவள் பதறிய படி….

ஜல் ஜல் என்று சலங்கை ஒலி எழும்ப மங்கையவள் கொட்டி தீர்க்கும் மழையிடம் போரிட்டபடி நனைந்து கொண்டு வருகிறாள்.

வலசரவாக்கம் காவல் நிலையத்தில்…

"யோவ் ஏட்டு என்னையா மழை வேற வீட்டுக்கு போய்ட்டு வரலான்னு நினைச்சாக்கூட ஆகாது போலயே…

யோவ் ஏட்டு எஸ் பி இல்ல அந்த குமார் எதுனா ரவுண்ட்ஸ் வந்தாங்கன்னா ஐயா ரவுண்ட்ஸ் போயி இருக்காருன்னு சொல்லிறு யா….."

கணேசன் வண்டியின் அருகே செல்லும் போது ஒரு பெண்ணின் குரல் "ஐயா ஒரு நிமிஷம்"ன்னு நடுங்கிய குரலில் அவளது உதடுகளும் குரலும் நடுங்கியது அவள் மழையில் நனைந்தாளா அல்லது பயத்தாலா என்று குழப்பங்கள் நிறைந்த உணர்வுடன் கணேசன் பார்வை அந்த பெண்ணின் மீது பட்டது…

அந்த மழையும் ஓய்ந்த பிறகும் கூட அவளது குமுறள்கள் ஓயந்தப்பாடு இல்லை.

கணேசனும் சற்று பதட்டுத்துடன் "என்னா மைனா என்னாச்சு" என்றார்....

"[ஐயா அக்கா போய் ரொம்ப நேரம் ஆச்சு ஐயா இன்னும் வரலை ஐயா எந்த ஒரு போனும் இல்லை ஐயா எப்ப லேட் ஆனாலும் அக்கா எனக்கு போன் பன்னும் இல்லைன்னா எனக்கு மெஸ்ஸேஜாச்சும் பண்ணும் ஆனா அந்த மாதிரி எந்த ஒரு தகவலும் இல்லை ஐயா"

"சரி உள்ள வா மைனா….."

"கம்ப்ளைண்ட் ஒன்னு எழுதி தா பார்த்துக்கலாம்….."

மழை சற்று ஓய்வெடுக்க செல்ல சோர்வுகள் அவளை சூழ ஓடிய கால்கள் இரண்டும் நான்கு கால்களை கொண்ட நாற்காலியை தேடி பிடித்து அமர்ந்தன.

"சரி சொல்லு மைனா…."

"யோவ் அந்த கேஸ் ஷீட்டும் பேனாவும் எடுத்துட்டு வந்து இவங்க சொல்லுறது நோட் பண்ணிக்குயா…"

"ம்ம் சொல்லு மைனா…"

"ஐயா அக்கா எப்பவும் மணி பத்துக்கு எல்லாம் வந்துரும் அப்படியே லேட்டான்னா எனக்கு ஒரு மெஸ்ஸேஜோ இல்ல போனோ பண்ணிரும் ஆனா இந்த ரெண்டுமே அவங்க பண்ணல சரி நானாச்சு பண்ணலான்னு பண்ணா நாட் ரீச்சுன்னு வருது…"

"அவ வேலை எதுனா அதிகமாக இருக்கும் போன் எதுனா சார்ஜ் இல்லாம எதுனா சுட்ச் ஆப் ஆயிருக்கும் நீ எதுக்கு வீனா கவலை படுற அப்படியே உனக்கு பயமா இருந்தா அந்த மஞ்சு நாதன்ன கூட்டிட்டு போய் தேடி பார்த்துட்டு வா"

"ஐயா அது வந்து ஏதோ பார்டி பணம் அதிகமா கொடுத்துட்டுடாங்கன்னு புல்லா குடிச்சுட்டு மயங்கி விழுந்து கிடக்குது ஐயா"

"சரி மைனா நான் விசாரிச்சு பார்த்துட்டு உன்னை கூப்புடுறன் பார்த்து பத்திரமாக வீட்டுக்கு போய் சேறு…."

நனைந்த உடைகள் யாவும் ஆற அதே போல் அவளது மனமும் ஆறியது. விட்டு விட்டு தூரிய தூரலில் வெட்டென்று பறந்த வெட்டுக்கிளி போல் சட்டென்று அங்கிருந்து அவள் புறப்பட்டு சென்றாள்..

"யோ ஏட்டு அவ போயிட்டாளா பாரு…."

"ம்ம்ம் போயிட்டாங்க ஐயா…".

"யோ அதை தூக்கி தூரப் போட்டுட்டு வந்து வண்டியை எடு அதைப் அப்புறம் பார்த்துக்கலாம்"

"சனியன் இவ வேற வந்து மூட ஸ்பாயில் பண்ணிட்டு போயிட்டா.."

"ஐயா என்னதான் இருந்தாலும் பாவம்யா அந்த பொண்ணு…."

"அந்த ஈர வெங்காயம் எல்லாம் எங்களுக்கு தெரியும் ... நீ வண்டியை எடு..என டிரைவரிடம் சைகை காட்ட . அப்படியே போற வழியில்

செல்வா மாலுக்கு நேர்ல்ல நிறுத்து சின்ன வேலை ஒன்னு இருக்கு அதை முடிச்சிட்டு போயிரலாம்….."

"சரிங்க ஐயா…."

அடுத்த நாள் காலை….

இன்ஸ்பெக்டர் கணேசன் இல்லம்….

சிறிது திரை விலகி இருந்தது சூரியனோ அவனது கோபத்தை கணேசன் மீது செலுத்தினான்….

சேற்றில் நெலியும் புழுவைப்போல் நெலிந்து கொண்டே தரையில் விழுக. சற்று உறக்கம் கலைந்து அரை தூக்கத்தில் மெல்ல மெல்ல அவனது படுக்கையை நோக்கி நகர்ந்தான் அதே சமயம் சூரியன் இவனை வறுத்து எடுப்பது போல் உணர்ந்து சிறிய சோம்பல்தனத்துடன் அந்த ஸ்கிரீனை இழுத்து விட்டான்.

அவனுக்கு தெரியுமா என்று தெரியவில்லை வறுக்கப்படுவது அவன் மட்டும் இல்லை அடுப்பாங்கரையில் இருக்கும் அவன் மனைவியும் தான் என்று பாவம் அவளோ சோம்பல் நிறைந்த உலகில் சுறுசுறுப்பாக இயங்கி கொண்டிருக்கும் ஒரே ஜீவன் அது என்றே கூறலாம்…

மலரே மலரை பறிக்கின்ற அதிசயத்தை
பார்க்காமல் உறங்கி கொண்டிருக்கிறான்
இன்ஸ்பெக்டர் கணேசன்….

எப்போது விடியும் எப்போது அப்பா விழிப்பார்
என்று எண்ணற்ற ஆசைகளும் எண்ணற்ற
ஏக்கங்களும் அவளது கண்களில் தெரிந்தது…

உறக்கம் கலைந்தும் கலையாமல் அவன்
மெல்ல கை ஊன்றி விடியலை உற்று
நோக்கினான் அப்போது ஒரு குரல்...
"அப்பா"...என்று ஓடி வந்து கட்டி அனைத்தது
இன்ஸ்பெக்டர் கணேசனின் மகள்…

"ஏய் செல்ல குட்டி;, எழுந்துருச்சுட்டீங்களா
எப்போ எழுந்தீங்க…"

"நானா அப்பா"

"ஆமாடா என் தங்ககுட்டி…."

"நானு.. நானு.. அம்மா எழுதாங்க இல்லை
அப்போவே எழுந்துட்டன்…"

"சரி எழுந்து என்ன பண்ணீங்க"

"நானு... பூச்செடிக்கு எல்லாம் தண்ணீ..ஊத்திட்டு
அதுல இருக்குற பூ வெல்லாம் பறிச்சன் ...ப்பா…".

"..ப்பா நேத்து ராத்திரி வந்து நீ என்ன பீச்க்கு கூட்டிட்டு போறன்னு சொல்லிட்டு ஏன்ப்பா ஏமாத்தன பாரு அம்மாக் கூட உங்க மேலை கோவமா இருக்குறாங்க…"

"சாரி டா செல்லம் நைட்டு அப்பாவுக்கு கொஞ்சம் வேலை அதிகமா இருந்துச்சா அதான் ரொம்ப டையர்டா இருந்துச்சா தூங்கிட்டன் டா…"

"போ..ப்பா நீ இப்படியே பொய் பொய்யா சொல்லி ஏமாத்திட்டு இருக்குற."

"இன்னைக்கு பிராமிஸ்ஸா போறோம் ஃபன் பன்றோம் சரியா…"

மணி ஏழு மணி அளவில் மெரினா கடற்கரை ஓரத்தில் மூவரும் வந்து நின்றனர்

அவளோ கடலை பார்த்த உற்சாகத்தில் துள்ளி குதித்து ஓடினாள்…

ஆர்பரிக்கும் கடலின் ஓசைக்கூட அவளது வருகைக்காக இரு கைகளை சேர்த்து தட்டுவது போல் அவளுக்கு தோன்றியது….

கணேசனும் அவர் மனைவியும் ஒரு ஓரமாக அமர அவனது மகளோ உற்சகாமாக கடலுடன் போட்டி போட்டுக்கொண்டு அதற்கும் இதற்கும் ஓடிக்கொண்டிருந்தாள்….

அப்போது சற்று தொலைவில்

ஒரு கிப்ட் பாக்ஸ் இருந்தது…

அதை சுற்றி மூன்று நாய்கள் சண்டை இட்டு கொண்டு இருந்தன ...

அங்கிருக்கும் அந்த கிப்ட் பாக்ஸின் அருகில் சென்று அங்கு சண்டை போட்டு கொண்டு இருந்த நாய்களை விரட்டி விட்டு….

அந்த கிப்ட் பாக்ஸை தூக்கி கொண்டு தனது தந்தையை நோக்கி அவள் ஓடி வந்தாள்.....

■■■

அத்தியாயம்-3

வானத்தை வேடிக்கை பார்த்தவள் கண்களில் பட்டது… அந்த எரிந்து கொண்டு விழும் நட்சத்திரம்…

அவள் மனதில் .. "நீயும் இந்த விழும் நட்சத்திரத்தை பார்த்துட்டு தானிருக்கியா…? என்னை மன்னிக்க மாட்டியா? தவறு என் மேல் தான்.. என் மொத்த சுமையையும் உன் தலை மேல் சுமத்தி.. உன் எதிர் காலத்தை கெடுத்த பாவி நான். என் கண்ணீர் தானே உனக்கு வெறுப்பு வர வச்சது. என்னை மன்னிச்சிடு நான் சுயநலம் பிடித்த மிருகமாக மாறி உன்னை வருத்திவிட்டேன்" என மானசீகமாக மனதில் மன்னிப்பு கேட்டுக்கொண்டே , அந்த எரிக்கல்" நட்சத்திரம் போல மின்னி கீழ் விழுவதை பார்த்துக்கொண்டிருந்தவளின் கண்கள் கலங்கின.

இருவருக்கும் இந்த எரிக்கல் விழும் போது பார்ப்பதில் அலாதி பிரியம். அவன் எந்த நேரத்தில் பார்த்தாலும் சரி, உத்ராவுக்கு போன் செய்து வாசலுக்கு வர சொல்லுவான். ஒரே மாவட்டத்தில் தான் வசிக்கிறார்கள் இருந்தாலும் வேறு திசையில் வீடுயிருக்கும். அவன் ஒரு மூலையில் அவள் ஒரு மூலையில்

வசித்துவந்தாலும் ஒன்றாக பார்ப்பார்கள் . அதனை சேர்ந்து பார்க்கும் போது, அவள் மறைத்து வைத்திருந்த காதலை மொத்தமாக சொல்லிவிட வேண்டும் என வாய் வரை வந்த வார்த்தையை விழுங்கியிருக்கிறாள் . இதற்கு காரணம் அவளுக்குள் இருக்கும் ஒரு வித வெறுப்பு ... அந்த வெறுப்பு அவளுக்கு ஒரு சக்தியையும் தந்திருந்தது அதாவது சில வருடங்களுக்கு பிறகு அவள் சந்திக்கவிருக்கும் முக்கியமான நபர் முன்னரே கனவில் கண்டுவிடுவாள் . அதன் தொடர்ச்சியாக வரும் நாட்களில் என்ன நடக்கும் என ஒரு குறிப்பும் வந்து விடும் உடைந்து போன படங்களை போல.

“ஏன் கடவுளே எனக்கு இவ்வளவு வலி கொடுக்கிற… எனக்கு கிடைத்த ஒரே ஒரு உண்மையான உறவையும் நானே கெடுத்துக் கொண்டேன். என் மன அழுத்தத்தால்…" என நினைத்து கண்களில் வழிந்த கண்ணீரை அழுத்தித் துடைத்தாள்.

சற்று முன் வரை அவளது மன அழுத்தத்தை சரி செய்ய நினைக்காதவள்… நாளையிலிருந்து சரியாக இனியாவிடம் சென்று சரியாகி வரவேண்டும்.

என ஒரு முடிவு எடுத்துக்கொண்டு… அவளது அறையில் சென்று படுத்தாள் , சில நினைவுகள் அவளின் கண்களில் இருந்து கண்ணீரை

பிடுங்கிக்கொண்டு தான் அவளை தூங்க விட்டது . தினமும் இதுதான் அவள் வாழ்வில் தொடர்ச்சியாக நடந்துக்கொண்டிருக்கிறது. தூங்கும் போதும்.. எந்திரிக்கும் போதும் அவளுக்கு முதலில் ஞாபகம் வருவது அவள் கிளாஸ்மேட் தான்..

கல்லூரியில் படிக்கும்பொழுது வழக்கம் போல விடுமுறை நாட்களில் அனைவரும் ஒருவர் வீட்டிற்கு சென்றார்கள் . அவனும் அன்று வந்திருந்தான்…அவன் முரட்டு சுபாவம்… அவளிடம் அதை ஒரு முறை தான் ஆரம்பத்தில் காட்டியிருக்கிறான்… அவள் விளையாட்டாக அங்கிருந்த ஒரு டப்பா வை எடுத்து அவன் மீது வீச. அவன் நெற்றியில் பட்டு வலி எடுத்ததும் . மறு நொடி வேகமாக அவள் அருகில் வந்தவன்.. அவள் தலையை பிடிந்து நிலத்தை நோக்கி அழுத்தினான் .

அவனின் முதல் ஸ்பரிசம் அவளை என்னவோ செய்தது. அவளுக்குள் ஒரு பதற்றம். சுற்றி பார்ப்பவர்கள் என்ன நினைப்பார்கள் என நினைத்த மறு நொடியில் . அவளுக்கு இது எங்கேயோ நடந்திருப்பது போல ஒரு பிம்பம் தோன்றியது.

எங்கு என யோசித்து கொண்டிருக்கும் போதே.. உணவு முடித்துக்கொண்டு வீட்டிற்கு சென்று விட்டார்கள் .

காலையிலிருந்து நடந்ததை அசைப்போட்டுக்கொண்டே.. படுத்திருந்த அவளுக்கு சில காட்சிகள் வந்து இம்சை செய்தன . ஒரு எச்சரிக்கை குரல் வேறு. "அவனிடம் நெருங்காதே…"அவளுக்கு என்ன செய்வது என தெரியவில்லை ஒதுங்க நினைத்தாலும் அவ்வளவு எளிதில் அவளால் ஒதுங்க முடியவில்லை.

"உத்ரா நீ கவலை படாதே…எதாவது அந்த குரங்கு வால் தனம் செய்தால் வெட்டிவிட்டுடலாம் "என அந்த குரல் எச்சரிக்கை செய்ததை, பொருட் படுத்தாமல் இவள் நட்பு பாராட்டினாலும், அவனிடமிருந்து காதல் பார்வைதான் வந்தது. மறைமுகமாக அவனது மனதிலிருந்ததை. சொல்லிவிட்டான் ஆனால் அதை எல்லாம் பெரிதாக எடுத்துக்கொள்ளாமல் தொடர்ந்தது இவளின் நட்பு பயணம்.

அவனது வாட்அப் ஸ்டேடஸ் இவளுக்காக மாறியிருந்தது… அவனுக்கு செல்லம் கொஞ்சும் கண்ணமா. இவளுக்கு உயிரையும் கொடுக்க துணியும் நட்பு என இருவரும் இணைந்து வெவ்வேறு உறவுகள் விதைத்து பயிர் செய்ய துவங்கினார்கள்.

இதில் எவரது பயிர் விளையும் .. எவரது பயிர் கருகும் என பொருத்திருந்தால் தான் தெரியும்

என அவள் ஆழ் மனம் சற்று விலகி நின்று பார்த்துக்கொண்டிருந்தது ..

அதேசமயத்தில்... உத்ராவை வெறுத்து அவன் விலகி செல்வது போல ஒரு பிம்பம் வந்து இம்சித்தது.

"இல்ல அப்படி எதும் ஆகக்கூடாது··· எனக்கு, என் நண்பன் இறுதி மூச்சிவரை வேண்டும் "என நினைத்தவள்.அவனுடன் நிறைய நேரங்களை செலவழித்தாள். இன்னும் நெருங்கினாள்.

அவன் இல்லாமல் அவளது நாட்கள் நகராது என கற்பனை செய்யும் அளவிற்கு நெருங்கினாள் . முதலில் தனது குடும்பத்தை கஷ்டப்படுத்தக்கூடாது என எல்லா பெண்களை போல் அவள் நினைத்து அவனது காதலை நிராகரிக்க நினைத்தவள் .. அவளுடைய பருவம் அடைந்த மனம் அவளை மாற்றியது அதாவது அவன் தன் வாழ்வில் இருக்க வேண்டும் எனவும் கணவராக அவன் தான் வரவேண்டும் எனவும் நினைக்கும் அளவிற்கு மாற்றியது .

பெண்களிடமே சில விஷயங்களை பேச தயங்கியவள்.. அவனிடம் பகிரும் அளவுக்கு இந்த உறவு வளர்ந்திருந்தது இரண்டு வருடத்தில்.

எனினும் ஆண்களின் மீது இனம் புரியாத ஒரு வெறுப்பு மட்டும் அவள் மனதில் சுற்றிக்கொண்டுதான் இருந்தது

அதில் அவளுடைய கிளாஸ்மேட்டும் அடக்கம் அந்த வெறுப்பான மனநிலை மட்டும் இல்லையென்றால் அவனுடனான இனிமையான பொழுதுகள் இன்னும் இனிமையாக கழிந்திருக்கும்…

இவ்வாறாக அவள் மனம் ஒரு நிலையில் இல்லாமல் காதலா ? நட்பா ? என முடிவெடுக்க முடியாமல் தவித்துக்கொண்டிருந்தாள் ....அவனிடம் நெருங்கி பேசுகிறாள் ..அவனை விரும்புகிறாள் ..ஆனால் அவனை ஏற்க மறுக்கிறாள் ..காரணம் ஒரு வெறுப்பு ..அது ஏன் என தெரியாமல் திணறுகிறாள் .....அவனை இவள் பயன்படுத்திக்கொண்டதுபோல் ஒரு குற்ற உணர்வு ...அதிலிருந்து மீள அவள் செய்த முயற்சிதான் இனியாவின் சந்திப்பு...

மறுநாள் தயாராகி வேலைக்கு சென்றவள். இனியாவிடம் கவுன்சிலிங் செல்ல முழு மன தோடு வந்திருந்தாள்.

ரிசப்சனில் டாக்டரை பற்றி கேட்க… “ டாக்டர் ஒரு மாசம் லீவ்ல போயிருக்கார் “என சொன்னதும்.

“என்னது லீவா இப்ப அந்த டாக்டர் இங்கே வரலை கலவரம் ஆகும் “என உத்ரா குரலை அதிகரிக்க. அருகிலிருந்த பேசன்ட் எல்லாரும் இவளையே பார்க்க.

“மேடம் மெதுவா.. பேசுங்க இங்கயிருக்கவங்களுக்கு டிஸ்டர்பாயிருக்கு “என சொல்ல .

“அப்படி தான் டிஸ்டர்ப் செய்வேன்.. “என உத்ரா இன்னும் பெரிய சத்தத்தை எழுப்ப.

“மேடம் பிளீஸ் மேடம்.. இங்க சத்தம் போட்டா என்னை தான் திட்டுவாங்க” என அந்த ரிசப்சனில் நின்ற பெண் கெஞ்சிக்கொண்டிருக்க.

“இருங்க நான் டாக்டர்கிட்ட போன் போட்டு கேட்டுப்பார்க்கறேன் “என டாக்டருக்கு அந்த பெண் அழைத்ததும். அவளிடமிருந்து லாவகமாக போனை பறித்தவள்.

“நேத்து தான லீவ் செல்லிட்டு வந்திருந்தேன். அதுக்குள்ளே எமர்ஜென்சி கேசா “என யோசித்தவன் அழைப்பை குழப்பத்தில் எடுக்க.

“டேய் இனியா… எங்கயிருக்க?” என குரலை கேட்டதும் இனியாவின் இதழ்கள் விரிந்து

“சொல்லுங்க உத்ரா “என அவளது குரலை கண்டுக்கொண்டான்..

“ஏன் ஹாஸ்பிட்டல் வரலை..”

“அது எனக்கும், என் அத்தை பொண்ணுக்கும் கல்யாணம் அதான் ஒரு மாசம் ஜாலியா அவ கூட ஊர் சுத்தலாம்னு..” இனியா குரலில் அசடு வழிந்தது.

“பாருடா.. எனக்கு தெரியாம என் எனிமிக்கு கல்யாணம் போல ”

“நீ அங்க என்ன சேட்டை செஞ்சிட்டிருக்க.. எனக்கு போன் வர்ற அளவுக்கு “

“ஒன்னுமில்ல சும்மா.. ஒரு குரல் கொடுத்தேன். என் குரலில் மயங்கி உங்களுக்கு போன் போட்டு கொடுத்துட்டாங்க “என நீண்ட ஒரு விளக்கம் கொடுக்க.

“சரி தெய்வமே..அப்படியே கிளம்பி பசுமை பார்க்குக்கு வா “என அழைப்பை துண்டித்தான் இனியா.

“சரியான வாலு....... ஆனா அவளது கண்களில் உள்ள சோகம்.” இனியாவின் மனதை அசைத்து பார்த்தது.

இனியாவை பார்க்க ஆட்டோ ஏறி இருபது நிமிடங்களில் வந்து சேர்ந்தாள் உத்ரா.

இனியா ஒரு கல் பெஞ்சில் அமர்ந்திருக்க ஒரு துள்ளல் நடையோடு அவன் அருகில் வந்து அமர.

“என்ன இவ்வளவு சீக்கிரம் வந்துட்ட?”

“அதுவா பறந்து வந்தேன். எங்க உங்க ஆளு “என உத்ரா அந்த பார்க்கை சுற்றிலும் பார்வையை செலுத்த.

“உன் பக்கம் தான் உட்கார்ந்திருக்கா…” என இனியா முகத்தில் ஒரு வெட்கத்தோடு சொல்ல.

“என்ன டாக்டருக்கு வெக்கம் எல்லாம் வருது “என உத்ரா இனியாவை விசித்திரமாக பார்க்க.

“இனியா அழகாயிருக்காங்க …அக்கா எப்படியிருக்கீங்க?”என உத்ரா நலம் விசாரிக்க.

“நான் நல்லாயிருக்கேன் நீங்க?” என அமைதியான குரலில் அவள் சொல்லி கேட்க.

“ரொம்ப அடக்கம் போல. சாரிக்கா நான் பருங்க நந்தி போல உட்கார்ந்திருக்கேன் “எழுந்துக்கொண்டவள்.

“நீங்க பேசிட்டிருங்க. அங்க ஒரு லட்டுயிருக்கு கடிச்சிவச்சிட்டு வரேன் “என அங்கு ஒரு அம்மா குழந்தையை இடுப்பில் வைத்துக்கொண்டு நடப்பதை பார்த்தவள். அவர்களை நோக்கி நடந்தாள்.

“யாரு மாமா இவங்க?”.

“உனக்கு தங்கச்சி “இனியாவின் அத்தை மகளிடமிருந்து முறைப்பு தான் பரிசாக கிடைத்தது.

“என்ன? என்னையவே சந்தேகம் படுறியா .. என் பேசன்ட், நேத்து தான் சந்தித்தோம். வித்தியாசமான கேஸ். தன் கஷ்டத்தை வெளியே சொல்ல ரொம்ப தயங்கரா. ஆனா அதிலிருந்து வெளியே வந்திடனும்னு போராடரா.. என உத்ராவை பற்றி சுருக்கமாக சொல்லி முடித்தவன்.

“பார்த்தா அப்படி தெரியலையே மாமா” என அங்கு குழந்தையோடு குழந்தையாக விளையாடும் உத்ராவை பார்த்துக்கொண்டிருக்க.

இனியா தயக்கத்தோடு அத்தை மகளை பார்க்க “என்ன டாக்டர் ஏதோ சொல்ல வருவது போல தெரியுதே “

“இந்த பொண்ணுங்களுக்கு மட்டும் ஆண்களின் பார்வை எப்படி புரியுதே தெரியலை.. நாங்கலாம் இரண்டு டிகிரி படித்தும் ஒன்னும் விளங்கரதில்லை “என இனியா சலித்து கொள்ள .

“பெண்களுக்கு இயல்பாகவே.. இருக்கும் அதுக்கு உங்களை போல டிகிரி எல்லாம் படிச்சி பட்டம் வாங்க அவசியமில்லை “என இனியாவை நக்கலாக பார்க்க.

“அது என்னவோ.. உண்மை தான் “ இவர்களை நோக்கி உத்ரா அந்த குட்டி லட்டை தூக்கிக்கொண்டு வர.

“அவ வந்துட்டிருக்கா அப்புறமாக பேசிக்கலாம் “என இருவரும் பேசிக்கொண்டிருந்ததை முற்றுப்புள்ளி வைத்தான் இனியா.

உத்ரா வந்த வேகத்தில் “இரண்டு பேரும் எழுந்து நில்லுங்க “என சொல்லி இருவர் கையிலும் குழந்தையை திணித்து. அவளது போனில் வித விதமாக புகைப்படத்தை எடுத்து தள்ளினால் அதன் பிறகு அந்த குட்டி லட்டை கொஞ்சி அவளது அம்மாவிடம் ஒப்படைத்த பின் மூவரும் இனியாவின் காரில் உணவகத்துக்கு செல்ல.

பின் இருக்கையில் மூவரும் அமர்ந்தார்கள்...

வண்டியை டிரைவர் ஒட்டிக்கொண்டிருக்க.. இனியாவை இடையில் விட்டு அத்தை மகளும் உத்ராவும்.ஆளுக்கு ஒருபக்கம் ஏற சிக்னலில் ஒரு பெண் கையில் எதையோ வைத்துக்கொண்டு விற்கும் நோக்கில் இவர்கள் கார் அருகில் வர.

அதைபார்த்த உத்ராவின் கண்கள் விரிந்தன.....

■■

அத்தியாயம்-4

ஜூலை 27,

இரவு 9 மணி அளவில்

ஓயாமல் ஒளித்து கொண்டிருக்கும் கைப்பேசியின் நடுவே காரை வேகமாக வீட்டுக்கு செலுத்தி கொண்டு இருந்தான் சரவணன்..

அடை மழை இதில் நனைவோமா என்னும் பாடல் வரிகள் காரில் ஒலித்து கொண்டு இருக்க இவனது உதடுகள் அதை முனுமுனுத்து கொண்டே இருந்தன ..

"“என்ன ஒரு சாங் பாரேன் இந்த கொட்டுற மழையில்ல கரெக்டான டைமிங்கல்ல இந்த சாங் எப் எம் காரன் பிளே பன்னிவிட்டுயிருக்கானே செம்ம ரொம்மாண்டிக் மூடஹ கிரியேட் பண்ணிட்டானே…".

காரின் பின் சீட்டில் உள்ள அவனது கைப்பேசி ஒலித்தது

சைலண்டில் போட்டு உள்ளதால் அவனுக்கு அது தெரியவில்லை…

"இன்னைக்குன்னு பார்த்து அவ வேற டியூட்டியை முடிச்சுட்டு சீக்கிரமா வேற போயிட்டாளே இவளை எல்லாம் என்னப் பன்றது இருடி பொண்டாட்டி வீட்டுக்கு வந்து உன்னை கவனிச்சுகிறேன் "

அடுத்த பாடல் செந்தாழம் பூவில் எனத் தொடங்கும் இளையராஜா இசையில் உருவான பாடல் ஒலிக்க…

அவனுள் மறைந்திருந்த காதல் நினைவுகள் அனைத்தும் அவனது கண் அருகே தோன்றி மறைய…

மீண்டும் ஒலிக்க தொடங்கியது அவனது கைப்பேசி…

பாடல் மயக்கமும் காதல் மயக்கமும் ஒன்று சேர்ந்து அவனை ஆட் கொள்ள காருக்குள் அவன் காதல் மயக்கத்தில் மிதந்த வண்ணம் காரை செலுத்தினான்…..

இதே நிலையில் சென்று கொண்டிருக்க…

அந்த மழையும் தனது பங்கிற்கு அந்த காரை நனைத்து கொண்டிருக்க டம் என்று ஒரு சப்தம். காரின் முன் பகுதியில் எதையோ இடித்தார் போல் ஓர் உணர்வு ஏற்பட்டது சரவணனுக்கு…

உடனே காரை நிறுத்தி விட்டு குடையை விரித்து கிழே இறங்கி போய் பார்த்தான்

நாய் ஒன்று காரில் விழுந்து அடிப்பட்டு கிழே விழுந்து துடித்து கொண்டிருந்தது.

அதைப் பார்த்தவுடன் அந்த நாயை தூக்கி வந்து தனது காரில் வைத்து முதலுதவி செய்து விட்டு அதை தனது காரின் பின் இருக்கையில் அமர வைத்தான் சில நொடிகள் கழித்து அந்த காரை மெல்ல அங்கிருந்து நகர்த்த ஆரம்பித்தான்…..

மீண்டும் அந்த நம்பர் அவனை தொடர்பு கொள்ள அவனது மொபைல் சைலண்டில் இருந்ததால் அவன் அதை கவனிக்காமல் காரை செலுத்தினான்…

மெல்லிய கீதங்கள் இசைத்து நிற்க அவனது காரும் வீட்டை வந்து சேர்ந்தது

அவனது அன்பு மனைவி ஆசையோடு காத்திருந்தாள்….

அவன் வரும் வரை வாசலை வெறித்து பார்த்தவள் அவன் வந்தவுடன் வீட்டினுள் வேகமாக உள்ளே ஓடிச் சென்றாள்…

உள்ளே சென்றவள் நேராக சமயற் கட்டினுள் நுழைந்தாள். இது பயத்தினாலா அல்லது வெட்கத்திலா என்று தெரியவில்லை..

இவனும் எந்தவொரு ஆர்ப்பாட்டமும் இல்லாமல் மெல்ல மெல்ல உள்ளே நுழைந்தவன் நேராக பாத்ரூம் சென்று ஒரு குளியல போட்டுட்டு இன்னைக்கு அவளை ஒரு கை பார்க்க வேண்டும் என்ற முடிவோட பாத்ரூம் உள்ளே நுழைந்தான்….

ஹீட்டரைப் போட்டான் சிறிது நொடிகளில் அவனுள் மறைந்திருந்த கவிஞன் எட்டிப்பார்த்து சென்றான்….

இவனது கைப்பேசி மீண்டும் சினுங்க ஆரம்பித்தது. அதே நம்பரிலிருந்து மறுபடியும் அது சைலண்டில் இருந்ததால் இவனுக்கு தெரியவில்லை….

அவனது உதடுகளும் உள்ளமும் இம்முறை சேர்ந்தே இசைக்க ஆரம்பித்தது காதல் பாடல்களை எந்தவொரு பக்கவாத்தியங்கள் இன்றி பாரிஜாத மெட்டுகளை வாரி இறைத்தான் அவனது பாடல்களில் அவனது உடலில் பட்டு தெரிக்கும் நீர்த்துளிகள் ஒவ்வொன்றும் நடனமாடியது.

அவன் முனுமுனுத்த பாடல் "தேவலோக வாசலிலே தேவதை வந்து இறங்கினாளாம்"

என்று தொடங்கிய அவனது கவியை பாட்டாக மெட்டுக்களையிட்டு பாடினான்….

ராகங்கள் எதுவும் அவனுக்கு கை கொடுக்கவில்லை

முறையாக பயிற்சி எதுவும் பெறவில்லை

மிகச்சிறந்த குளியலறை பாடலாசிரியர் விருது கொடுத்தால் அது அவனுக்கு தான் தர வேண்டும்…

குளித்து முடித்துவிட்டு பாட்டை பாடிக்கொண்டே உடைகளை அணிந்து கொண்டான்…

" வாடி என் பச்சை கிளி ஏய் ! பொண்டாட்டி எங்கடி இருக்க. ஏய் செல்லா குட்டி மாமா கம்மிங் டி….''

கைப்பேசி எடுத்து பார்த்தான் 12 மிஸ்டுகால் நோட்டிப்பிகேஷன் பார்த்தவுடன்…

''யாரு அது நம்ப லிஸ்ட்லே இல்லாத நம்பர்ல இருந்து கால் வந்து இருக்கு அதுவும் 8 மிஸ்டுகால் அதுவும் தொடர்ச்சியா வேறக் கூப்பிட்டு இருக்கான்

யாரா இருக்கும் சரி பார்ப்போம்..''

"ஏய் பொண்டாட்டி எங்கடி போய்ட்ட

ஏய் எதுக்கடி நாலு வாட்டி போன் பண்ணியிருக்க"

"நான் தான் கார்லையோ வண்டியிலையோ போகக்குள்ள போன்ன சைலண்டில் போட்டுறவன்னு தெரியும் இல்லை.."

"என்ன நான் பாட்டுக்கு கத்திட்டு இருக்கேன்

ஒரு பதிலை கூட பேச மாட்டேன்ங்குறா "

"ஒரு வேலை அவ போன் பன்னி நான் எடுக்கலைன்னு கோவம்மா இருக்குமோ போவோம் போய் தான் பார்ப்போம்…"

"எங்க போயிட்டா என் பொண்டாட்டி இதோ வரேன்" சமயலறையில் காய்களை வேகமாக நறுக்கி கொண்டு இருந்தாள்..

சரவணனும் மெல்ல மெல்ல அவளை நோக்கி சமயலறைக்கு செல்கிறான்

அந்த நம்பருக்கு டயல் செய்து கொண்டே செல்கிறான்

அவனது போனிலும் டிக்டிக் அவனது மனதிலும் திக் திக் என்ற ஒலிகள் மெதுவாக ஒலிக்க ஆரம்பித்தன

இரண்டு நொடிகள் கழித்து அந்த நம்பர் தொடர்பு எல்லைக்கு அப்பால் உள்ளது அல்லது சுட்ச் ஆப் செய்ய பட்டிருக்கும் என ஒலித்தது "என்னாடா இது நம்ம பாத்துரூம்ல இருக்கும்போது வந்த கால் இப்போ சுட்ச் ஆப்புன்னு வருது என்னாடா இது சரி இதை அப்புறம் பார்த்துக்களாம் மொதல்ல அவளை சமாதனம் பன்னுளாம்" என அவள் பக்கமா போனான் அவளது பின் பக்கமாக சென்று அவளை கட்டி அனைத்தப்படி அவளது கூந்தலில் முகத்தை புதைத்து கொண்டு

"என்னடி செல்லாக் குட்டி மாமா மேலக் கோபமா"

டக் டக்ன்னு காய் நறுக்கும் சப்தம்

"ஏய் நான் கார்ல்ல வந்தா போன்ன சைலண்டில் போட்டு இருப்பேன்னு தெரியும் இல்லை…"

டக்டக்குன்னு காய் நறுக்கும் சப்தம்

"ஏய் எதாவது பேசுடி"

"நான் தான் ஸாரி கேட்குறன் இல்லை"

சரிடி என் மேலைதான் தப்பு

டக்டக்குன்னு காய் நறுக்கும் சப்தம்

"இதுக்கெல்லாம் இப்படி கோச்சிகிட்டா நான் என்னடி பண்ணட்டும்"

டக்டக்குன்னு காய் நறுக்கும் சப்தம்

"சரி விடு இதுக்குமேல நான் போனை சைலண்டில் போட மாட்டேன்…"

டக்டக்குன்னு காய் நறுக்கும் சப்தம்

"ஏய் ஏய் செல்லாக்குட்டி இன்னும் என்ன கோவம் தீரலையா நான் தான் ஸாரி கேட்டேன் இல்லை….."

டக்டக்குன்னு காய் நறுக்கும் சப்தம்..

பிளீஸ் டி எங்கிட்ட மட்டும் இப்படி பேசாம மட்டும் இருக்காதடி

டக்டக்குன்னு காய் நறுக்கும் சப்தம்…

"என்னடி நான் பாட்டுக்கு லூஸ் மாதிரி பேசிட்டு இருக்கேன் நீ பாட்டுக்கு அங்க நீ பாட்டுக்கு காய் நறுக்கிட்டுஇருக்கேன்னு" அவன் கோபத்துடன் அவளை இழுத்து அவள் முன் வந்து பார்த்தான் அவளது விரல்களை அவளே வெட்டி கொண்டிருந்த காட்சியை கண்டு திடுக்கிட்டு போனான்.

ஓரு நொடியில் அவன் உடல் முழுவதும் வியர்க்க ஆரம்பித்தது…

கை கால்கள் யாவும் நடுங்க ஆரம்பித்தன

ஒரு நொடியில் அவளது கூந்தல் யாவும் அவளது முகத்தை மறைத்தது……

இவன் பயத்தில் இன்னும் நடுங்கி கொண்டு தான் இருக்கிறான்

பயத்தில் என்ன செய்வது என்று தெரியாமல் அந்தப் பக்கம் இந்தப் பக்கமாக நடந்து கொண்டு இருந்தான்..

அவளது கைகளில் மறைந்து இருந்த கொலைக் கருவி அவனை நோக்கி வர அவன் பயத்தில் அங்கிருந்து தப்பி ஓட முயன்றான் கையில் சிறியதொரு காயத்துடன்..

"ஷ் ஹா வழிக்குதே சரியான பைத்தியகாரியா இருக்காளே"

"நான் தான் ஸாரி கேட்டுடன் இல்லை பின்ன எதுக்கு நம்மளை இன்னும் துரத்திட்டு இருக்கா என்னாச்சு அவளுக்கு சரி என்னதான் பன்றான்னு பார்ப்போம்"

அவன் எட்டி பார்க்க அவன் முன்னாடி அவள் கையில் கத்தியை பிடித்த வண்ணம் நின்று கொண்டு இருந்தாள்

அவள் அவன் பக்கம் திரும்பி பார்க்க…

அவன் தடுமாறி கிழே விழுந்து விட்டான்

பயத்தில் " பிளிஸ் என்னை விட்டுறுடி என்னை ஒண்ணும் பண்ணிறாதடி பிளிஸ்டி நாம ரெண்டு பேரும் எப்படி எல்லாம் லவ் பண்ணோம் பிளிஸ் டி உனக்கு என்ன தான் ஆச்சு…."

அவள் அவனிடம் வேகமாக வர இவன் பயந்துகிட்டே பின்னாடி போக .....

தொடர்ந்து அவளும் வர இவனும் போக

ஒரு மயான அமைதி

டப் என்று ஒரு சப்தம்

சரவணன் பெஞ்ஜை தட்டினான்….

அங்கு கூடியிருந்த அனைவரும் துள்ளி விழுந்தனர் ....

"என்ன எல்லாம் பயந்துட்டிங்களா"

"ம்ம் ஆமா ஸார்" என்று கோரஸ்ஸாக சத்தம் வந்தது

"ஸார் மேல சொல்லுங்க ஸார் கதை ரொம்ப இன்டர்ஸ்டா இருக்கு" கூட்டத்தில் ஒருவர்….

"இருங்க சொல்லுறன் தண்ணீயை குடிச்சிட்டு சொல்லுறன்"

"ஹான்... கதையை எதுல விட்டோம்"

"ஸார் அந்த பொண்ணு அவனை கொள்ள வருது" கூட்டத்தில் ஒருவன்

"அவனும் அப்படி இப்படின்னு புரண்டு பாக்குறான்.."

"திடீரென அவ அவன் மேலே பாஞ்சிட்டா….."

"அவளுடைய குத்த வரும் கையை பிடிச்சுன்னு "

"கையில்ல எதுனா கிடைக்குமான்னு தேடுனான்

நல்ல வேளை அவன் கைக்கு சின்ன ஒரல் கல் கிடைத்தது அதை எடுத்து பட்டுன்னு

ஒரே அடி அவ அங்கேயே பொத்துன்னு கிழே விழுந்துட்டா…"

"இவன் அந்த கல்லை எடுத்து பட்டு பட்டுன்னு அடிச்சுக்கிட்டே இருந்தான்"

"அவ மூஞ்சிலே…"

"தீடிரென "லொள்ளுன்னு" ஒரு சப்தம்"

"அப்போதான் அவன் சுயநினைவுக்கே வரான் "

"என்னாடான்னு திரும்பி பார்த்தா அந்த நாய் இவனைப் பார்த்து சிரிக்குது…"

"டக்னு ஒரு செகண்டல்ல எல்லாமே அவனுக்கு பிளர்ரா தெரியுது….."

"பட்டுன்னு எந்திருச்சு உட்காருரான் படப்படப்புள்ள மூச்சு மேலேயும் கீலேயும் வாங்குது…."

ஒரு மாத்திரையை எடுத்து போட்டுட்டு இறந்து போன அவன் மனைவியோட போட்டோவ பாக்குறான்…

"ஸார் ஒரு நிமிஷம்" வெளியே ஒருவன் கூப்பிட…

"ஹான்.... பிரன்ட்ஸ் ஒரு நிமிஷம் இதோ வந்துடறன்…."

"சொல்லுப்பா என்னா வேனும்…."

"ஸார் மேடமுக்கு டியூட்டி முடிஞ்சுருச்சாம் ஸார்"

"அவங்க கார் பார்க்கிங்கல வெயிட் பன்னுறாங்களாம் ஸார்" அப்படி அவன் கூற

"எந்த மேடம்…"

"ஸார் உங்க வைப் ஆர்த்தி மேடம் தான் ஸார்…"

"ஓ சாரி அவ மின்னையே போயிட்டு இருப்பா இல்லன்னு நினைச்சேன்…"

சரி ஒரு அஞ்சு நிமிஷம் வெயிட் பண்ண சொல்லு இதை முடிச்சுட்டு வந்துடுறேன்னு சொல்லு…

"ஓகே ஸார்…"

"ஹான் மறந்துட்டேன் ஸார் உங்களுக்கு யாரோ போன் பண்ணிட்டே இருந்தாங்க ஸார்…"

"ம்ம்ம் சரி நான் பாக்குறேன்…"

"பிரண்ட்ஸ் கதையை இதோட முடிச்சுக்கலாம் நான் சொன்னதை மறக்காம பாலோ பண்ணுங்க

மறுபடியும் நாளைக்கு பார்க்கலாம்…"

"ஏம்பா அந்த போன்ன குடுப்பா…"

சரவணன் அந்த நம்பரை டயல் செய்தார்

அந்த நம்பர் அட்டன் ஆனது

யாரும் பேசவில்லை

இவர் ஹலோ யாருன்னு கேட்க ?.......

அத்தியாயம்-5

உத்ராவின் உடல் நடுங்குவதை அருகிலிருந்த இனியா புரிந்துக்கொள்ள..

 “உத்ரா ... என்னாச்சி பேபி, ஏஞ்சல் “என அவன் அழைத்த அழைப்புகள் உத்ராவை இன்னும் பலவீனமாக்கியது.

இனியாவின் அழைப்புடன் சேர்ந்து.. “அக்கா வாங்கிக்கோ கா.. இன்னைக்கு ரக்ஷா பந்தன் . உன் அண்ணாக்கு கட்டிவிடு கா..”என காருக்கு அருகில் ஒரு சிறுமி வண்ணவண்ண கயிற்றை வைத்துக்கொண்டு உத்ரா அருகில் நின்று கேட்க.

உத்ராவின் உடலில் அதிர்வு இன்னும் அதிகரித்தது. அவளால் கட்டுப்படுத்த முடியாமல் அருகிலிருந்த இனியாவை கட்டிக்கொண்டாள்.

இனியா நினைத்ததைவிட உத்ராவின் நிலை பயம்நடுங்குபடியாகயிருந்தது.. இந்த கயிருக்கும் அவளுக்கும் ஏதோ ஒரு சம்பந்தமிருக்கிறது என தன் மனதில் குறித்துக்கொண்டு.

காருக்கு வெளியேயிருந்த பெண்ணிடம். கையில் பணத்தை திணித்து ஒரு ராக்கியை வாங்கியவன். அவனது பாக்கெட்டில் போட்டுக்கொண்டான்.

"உத்ரா… அந்த பெண் போயிட்டா ரிலாக்ஸ்.. ஆகு, இந்தா தண்ணீ குடி "என எடுத்து கொடுக்க.

வேகமாக இனியாவின் அணைப்பிலிருந்து விடுபட்டவள். "சாரி டாக்டர் …"என சொன்னவள் அவன் கையிலிருந்த தண்ணீரை தனது வறண்ட தொண்டைக்குள் சரித்துக்கொண்டாள்.

அவள் இயல்பு நிலைக்கு வந்ததும் உணவகத்திற்கு செல்லும் இடைவெளி உத்ராவுக்கு போதுமானதாக இருந்தது. மீண்டும் தன்னை சமநிலை படுத்திக்கொண்டவள் பழையபடி அக்கா இனியா என துவங்கியவள் வாயை மூட மறந்து போசிக்கொண்டே வந்தவர்கள்.

சாப்பிடத்தான் போக நினைத்தார்கள். மூவருக்குமே பசிக்காத காரணத்தால்

திருமணத்திற்கு நகைபுடவை வாங்கிவிட்டு அதன் பிறகு சாப்பிட போகலாம் என ஒரு மனதாக முடிவு எடுத்தார்கள்..

முதலில் தாலி வாங்க.. என்ன தான் இருவர் கூட வந்திருந்தாலும். இவங்களை கழட்டிவிட்டுட்டு. உத்ரா வேற ''எதாவது நகை பார்க்க போறன்'' என இந்த ஜோடிக்கு தனிமை வழங்கிவிட்டு. தனி காட்டு ராஜா போல திரிந்தவளின் கண்களில் ஒரு ஆண்கள் அணியும் வெள்ளி செயின் கண்ணில் பட்டது. பிரின்ஸ் என எழுதியது போல அந்த செய்னில் டாலர் பினைக்கப்பட்டிருந்தது.

அதை பார்த்ததும் அவள் காதலனின் நினைவுகள் வந்து போனது. ஒரு நாள் போனில் பேசிக்கொண்டிருக்கும் போது. அவன் உத்ராவிடம் சமைக்க தெரியுமா என கேட்டான் அதற்க்கு அவள்.

"டாடி ' ஸ் லிட்டில் பிரின்சஸ் க்கு எவ்வளவு சமைக்க தெரியுமே அவ்வளவு தெரியும் "உத்ரா சொன்னதும் புரிந்துக்கொண்டவன்.

"அப்போ சுடுதண்ணீக்கு எவ்வளவு உப்பு போடனும் என கேட்கும் சங்கத்திற்கு தலைவினு சொல்லு "என அவன் கிண்டல் செய்ததும். "நாங்களும் மம்'ஸ் லிட்டில் பிரின்ஸ் "என பதிலுரைத்தது மனதில் வந்து போக. அந்த செய்னை ஆசையாக வருடிவிட்டவள்.

"இதை பேக் செஞ்சிடுங்க அண்ணா "என சொல்லி பில் போடுமிடத்தில் அதற்க்கான

காசை கொடுத்துவிட்டு அந்த அழகிய டப்பாவை பையில் நுழைத்துக்கொண்டாள்.

இனியா அவன் வருங்கால மனைவியின் கைகளை பற்றிக்கொண்டவன் .. கண்களின் அவ்வளவு பூரிப்பு இருவரின் பெற்றோரும் ஒரு வருடத்திற்க்கு முன் நடந்த கோரமான விபத்தில் உயிரிழந்திருந்தனர்.

ஆசைஆசையாக திருமணம் நடத்த மண்டபம் பார்த்து வர சென்றபோது தான் இந்த விபத்து நடந்திருந்தது.

அவர்களின் கடைசி ஆசையான இந்த திருமணத்தை சிறப்பாக செய்ய இருவருக்கும் ஆசை. அதனால் தான் ஒரு மாதவிடுப்பு; அனைத்து சொந்தங்களையும் நேரில் சென்று திருமணத்திற்க்கு அழைக்க நினைத்தார்கள் அதற்க்கு முன் இருவருக்கும் தேவையானதை வாங்கிவிட்டாள் பொறுமையாக அழைப்பு பத்திரிகை வைக்க சரியாகயிருக்கும் என பல கனவுகளோடு தொடங்கியது இந்த திருமண பயணம். அந்த பயனத்தில் உத்ராவும் இனைந்துக்கொண்டாள்.

இனியா அவளது செயலை நோட் செய்துக்கொண்டு வந்தாலும்.. அதை பற்றி அவளாக சொன்னால் தான் சரிவரும் என

துணிமணிகளை எடுத்துக்கொண்டு சாப்பிட சொன்றார்கள்.

முன்பை விட இப்போது உத்ராவின் முகம் தெளிவாகயிருந்தது.

இனியாவுக்கு புரிந்தது ஒன்றே ஒன்று தான்.. மனதால் ரொம்ப ஸ்ட்ராங்காஇருக்கா. எதாவது மாற்ற வேண்டும் என நினைத்தால் உடனே மாற்றிவிடுகிறார்.. மனநிலை, எண்ணம் அனைத்தையும் அதிக கட்டுப்பாட்டில் வைத்திருக்கிறாள். இன்று இதை பார்ப்பதற்க்கு நன்றாகயிருந்தாலும் அவள் உடையும் போது இவளை கட்டுப்படுத்துவது மிகவும் ஆபத்து என இனியா யோசித்துகொண்டு சாப்பிட.

உத்ரா எதையாவது பேசி இருவரையும் சிரிக்க வைத்துக்கொண்டிருந்தாள்.

"பேபி உன் அண்ணா வரேன்னு சொன்னானே என்னாச்சிஇன்னும் ஆளைக்கானேம் "என இனியா விசாரிக்க.

"இன்னும் ஐந்து நிமிசத்தில் வந்துடுவான்" என சொல்லி முடிக்க.

"பாருடா.. பேபியாம் " என உத்ரா இருவரையும் கலாய்க்க துவங்கியிருந்தாள்.

அடிக்கடி ராக்கியை தொட்டுப் பார்த்தவன். பேபியின் அண்ணா வரவும் சரியாகயிருந்தது.

இவ்வளவு நேரம் துடுக்காயிருந்தவள் புதிதாக ஒருவன் வரவும் அமைதியானாள் உத்ரா ..

சாப்பாடு ஆர்டர் செய்தனர் அது வந்ததும் அமைதியாக உணவை அனைவரும் முடிக்க. இனியா அவன் பேக்கெட்டிலிருக்கும் ராக்கியை தனது பேபிமாவிடம் கொடுத்து அவன் அண்ணன் கைகளில் கட்ட சொல்ல.

அந்த கயிறையே வெறித்து பார்த்த உத்ராவின் கண்கள் கலங்கின.

"நான் இதோ வந்துடறேன்.."என அங்கிருக்கும் பாத்ரூமிர்கு சென்றவள் இவ்வளவு நேரம் அடக்கி வைத்திருந்த அழுகைக்கு வழி விட்டாள் .. அழுது முடித்துவிட்டு கண்ணாடியை பார்க்க. முகம் சிவந்திருந்தது.

முகத்தை அழுத்தி கழுவியவள் சிறிது நேரம் அவளது முகச்சிவப்பு குறைய காத்திருந்துவிட்டு. முன்பு அமர்ந்திருந்த இடத்தை நோக்கி வந்தாள். அவள் வருவதற்க்குள் பேபியின் அண்ணன் அவர்கள் வாங்கிவைத்திருந்த பொருட்களை வாங்கி சென்றிருந்தார்.

உத்ரா முகம் சாதாரனமாகயிருந்தாலும் அவன் கண்டுக்கண்டான் உத்ரா அழுதிருக்கிறாள் என்று.

“எனக்கு கொஞ்சம் வேலையிருக்கு.. உங்க கல்யாணத்தில் பார்க்கலாம் “என்றவள். இனியாவை அனைத்து.

“தேன்க் யூ என் இனிய எதிரியே “என சொன்னவள். பேபியையும் அனைத்து, “கல்யாணத்துல பார்க்கலாம் “என விடைபெற்றாள் . அந்த ராக்கி கண்முன் வந்து வந்து போனது.

வீட்டுக்க சென்றவள் மனதில் வெறுமை.. வெறுமை மட்டுமேயிருந்தது. வழக்கம் போல மொட்டை மாடிக்கு வந்தவள்.

யாருமில்லா தனிமையில் அழுது தீர்த்தாள்.

மீண்டும் பழைய நினைவுகளில் சூழல ஆரம்பித்தவள்.. வானத்தின் நட்சத்திரத்தை பார்த்து வெறும் தரையில் படுத்துவிட்டாள்.

"அனைத்தும் பொய்த்து போனது, என் முட்டாள் தனமான செயலாள்."

ஒரு உறவு, அதுவும் இன்றில்லை, கஷ்டம், சந்தோசம் என எல்லாம் பகிர்ந்து கொள்ளலாம் என்று நினைத்தது தவறு. மகிழ்ச்சியான தருணத்தை பகிர்ந்தால், உறவு நீடிக்கும், எப்போது பார்த்தாலும் எனக்கு இந்த கஷ்டம் அந்த கஷ்டம் னு சொல்லிட்டு இருந்தா உறவில்

விரிசல் விழத்தான் செய்யும். அந்த தவறை அவளும் செய்திருந்தாள் .

பலமணிநேரம் தொடர்ந்த தொலைபேசி பயணம்.... ஆரம்பித்தது அவனாக இருந்தாலும், தொடர்ந்தது அவள் தான்.

இனிமையான நேரங்கள், அனைத்தும் மறைந்தது இந்த சில மாதங்களில்.

அவளுக்கு ஹெல்த் கொஞ்சம் சரி இல்ல, ஒரு சில நிமிடம் வலி வரும் , டாக்டர் டா போய் பாத்தாலும் "எதுமே இல்ல நார்மல்" னு சொல்லிட்டாங்க. பட் இந்த வலி அவளுடைய மனதையும் சேர்த்து பாதிக்கும்னு தெரிஞ்சி இருந்தால் அவள் அவனிடமிருந்து கொஞ்சம் இல்ல நிறையவே விலகி இருந்து இருப்பாள்.

"இவ்ளோ ப்ராப்லம், அப்பவும் நான்தான் அதிகம் பிரச்சனை செஞ்சேன், இருந்தும் நான் அவன தேடிட்டு இருந்தேன், எனக்கான அன்பு பாசம் கிடைக்கல. ஒரு எல்லைக்கீ மேல போய் நான் கேட்டே விட்டேன் “ எனக்கு உன்னுடைய கேர் கிடைக்காதா என ,” கேட்டும் கிடைக்கல.. . ஒரு எல்லைக்கு மேல நான் அழுது கேக்க ஆரம்பிச்சிட்டேன், ஆனா அது என்மேல் இன்னும் வெறுப்பு தான் சம்பாரித்தேன். திரும்ப திரும்ப எனக்கு வேணும் எனக்காக ஒரு

வார்த்தை பேச மாட்டானா, ஏங்க ஆரம்பித்துவிட்டேன்."

"உடல் வலி, மனது கடந்த கால வேதனைகள்... அது பத்தாதுனு அவனிடமிருந்து அலட்சியமாக வந்த பதில்கள் என்னை இன்னும் பாதித்தது."

"சரி இந்த எக்ஸ்பெக்டேஷன் விட்டுட்டு, அவனது நட்பு போதும், என்று நான் இயல்பாக பேசினேன். நன்றாக சென்றது, அந்த பாசம், கேர் கிடைத்தது. "

"இயல்பாக பேசும்போது அப்படி ஒரு நெருக்கம், என்னவகையான உறவுகள்...? சரியான உடல்நிலையோடு இருந்தா தான் இந்த உறவு நன்றாக இருக்குமோ.? சிலருக்கு மொபைல் யூஸ் பண்ணா உடம்புக்கு ஒத்துக்காதுனு தெரியும் அதை நம்பலை. அவனுக்கு அதுபோல இருந்து இருக்கும் போல. அது எனக்கு தெரியாம இப்படி செய்துவிட்டேனே என்று மனம் வருந்தியது. ஒரு வாரம் நன்றாக சென்றது. நானும் என்னுடைய அனைத்து எக்ஸ்பெக்டேஷன் ஐயும் ஒதுக்கி வைத்து.. அவன் அதிகம் மெசேஜ், கால் செய்தாலும் நான் டைம் பிக்ஸ் பண்ணி வச்சிடுவேன்."

"ஒரு நாள் எனக்கு வலி முடில, அன்று வெளியே சென்று இருந்தேன் சரியா பேச முடில. வீட்டுக்கு வந்ததும் ரொம்ப சோர்வு ஒரு கால் பேசிடலாம் னு கால் செஞ்சா எடுக்கல. இப்போ கால் வரும்

அப்புறம் வரும்னு நான் தூங்கி தூங்கி எழுந்தேன். கால் வந்தது ... சில நிமிடங்கள் கூட இல்லை "என்ன அப்பா வந்துட்டாரா?" ன்னு வச்சாச்சு, எவளோ கட்டுப்பாட்டில் என்ன மனதை வைத்து இருந்தாலும், அந்த ஒரு நிமிடம் அனைத்தும் இழந்தது போல ஒரு உணர்வு, நான் பெண் என்ன வீட்டில் அப்போதுதான் திட்டி கொண்டு இருந்தாங்க அப்பவும் நான் மீண்டும் போன் பண்ணி பேசினேன், எனக்கு மனது ஏதோ போல இருந்தது "

"நான் தூங்கி கொண்டு இருந்த நாட்களில் எல்லாம் தூங்க விடாமல் என்னிடம் பேச துடித்த அந்த நபருக்கு. நான் துடிக்கும் போது ஏன் இந்த அலட்சியம். வேதனைக்கு மேல் வேதனை. என் எண்ணங்களை கூறியது தவறா அல்லது நானே தவறா, என்றுதான் எனக்கு புரியவில்லை."

"எவ்ளோ கட்டு படுத்தியும் என்னால் எதுமே செய்ய முடியாமல் அழுதுவிட்டேன்." நல்லா" அழு என்று போன் வைத்தாகிவிட்டது."

'

"என் அழுகைத்தான் தொந்தரவா?, இல்லை நானா? என்று எனக்கு புரியவில்லை."

"அவனது குரல் காதில் கேட்டுக்கொண்டேயிருந்தது."

"நல்ல வேலை உன்ன கல்யாணம் செஞ்சி, ஒரு பெரிய முட்டாள் தனத்தை பண்ண நினச்சேன், தப்பிச்சிட்டேன் " அவனின் இந்த ஒருவார்த்தை என்னை உயிரோடு புதைத்தது."

"அப்போதுதான் எனக்கே புரிந்தது. அவன் வாழ்க்கைக்கு நான் கொஞ்சமும் தகுதியும், பொருத்தமும் இல்லை என்று."

"மனதை தேற்றிக்கொண்டு என் பயணம் தொடர்கிறது. அவனும் நிம்மதியாக இருப்பான்.. நான் இல்லாமல்....."

அத்தியாயம்-6

அந்த பாப்பா அந்தக். கிப்ட் எடுத்துட்டு தூக்க முடியாமா தூக்கிட்டு வந்துச்சு

இன்ஸ்பெக்டர் கணேசனும் அவனது மனைவியும் கடலைக் கண்டு ரொமாண்டிக்கில் காதல் பன்னிகொண்டு இருந்தனர்….

தூரச் சென்ற நாய்கள் வேகமாக அந்தப்

பாப்பாவை நோக்கி திரும்ப ஓடி வந்தன

அவளை சூழுந்து கொண்ட நாய்கள் அந்த கிப்ட் ரேப்பரை பார்த்து குலைக்க

ஓரிரு வினாடிகளில் கண்களில் நீர் ததும்ப, மேகங்கள் யாவும் கோபத்தில் முழங்கியது போன்று, பயத்தில் யானைக் கூட்டங்கள் அலறியது போன்ற ஒரு கணமான சத்தம்….

காதல் மயக்கத்தில் இருந்த கணேசனும் அவரது மனைவியும் காமக் மயக்கத்திற்கு செல்லும் போது இந்த சத்தம் அவர்களை தடுத்தது…

திரும்பி பார்த்த அவர்கள், அவர்களது மகளை நாய்கள் சூழ்ந்திருப்பதை கண்டு துடிதுடித்து போய் வேகமாக எழுந்து சென்று அந்த நாய்களை விரட்டினர்…

மூச்சு பிடித்து அழுதாளோ என்னவோ தெரியவில்லை அந்தக் குழந்தை கையில் இருக்கும் கிப்டை போட்டுவிட்டு அப்படியே மயங்கி விழுந்தாள்…

அந்தக் கிப்ட் கிழே விழுந்தவுடன் அதன் முகவாய் திறக்கப்பட்டது அதில் இருந்து பந்து போல் ஒன்று உருண்டோடியது .அங்கே பப்பி நாயை கூட்டி கொண்டு வந்த பெண்ணின் காலை தீண்டியவுடன் அந்த நாய்க்கூட பயத்தில் பம்மி பின்னே செல்ல அந்த பெண்மணி என்னது கால் மீது தீண்டியது என்று தடவி பார்த்தால்.ஏனெனில் அந்தப் பெண்ணிற்கு இரு கண்களும் தெரியவில்லை. மெல்ல மெல்ல தடவிப் பார்த்து கொண்டிருக்க. அங்கே அந்தப்பாப்பாவின் அம்மா ஒன்னுமில்லைடா கண்ணா என்று சமாதானம் கூற கணேசன் அங்கே நாய்களை துரத்திவிட்டு திரும்பி பார்க்க

ஒரு அலறல் சத்தம் "ஹா" என்று.

வேறுயாருமில்லை அந்த கண் தெரியாத பெண்மணி தான் குறிப்பால் எதையோ உணர்ந்தது போல் கத்தினாள் கூட்டம் அங்கே

மெல்ல மெல்ல சேர்ந்தது கணேசனும் அங்கே வேகமாக வந்து பார்த்தான்.

அந்தப் பெண்மணி கையில் ஒரு தலயை வைத்துக்கொண்டு அலறிக் கொண்டு இருந்தாள்.

கணேசன் இந்த நிகழ்வை கண்டு ஒரு நொடி உறைந்து போனான் அவன் காவல்துறையில் இன்ஸ்பெக்டராக பணியாற்றினால் கூட இந்த மாதிரி நிகழ்வுகளை கண்டு அவன் நடுங்கியது உண்டு.

ஏனெனில் அந்த தலையில் இருந்த காதுகளும் மூக்கும் அறுக்கப்பட்டுள்ளது முகத்தின் மேல் உள்ள தோலை கத்தியால் சுரண்டி எடுத்த தடமும் உள்ளது. இதை பார்த்த சிலர் புகைப்படம் எடுத்து தனது முகநூலில் பதிவேற்றம் செய்தனர் வருத்தம் தெரிவித்தவர்கள் சிலர் தனது உற்றார் உறவினர்களுக்கு தெரிவித்தவர்கள் சிலர்….

பயத்தில் உறைந்து நின்ற கணேசன் வெகு சில நொடிகளில் சுய நினைவுக்கு வந்தான் தனக்குள் தையிரியத்தை வரவைத்து கொண்டு அந்த கூட்டத்தை விலக்கி அந்தப் பெண்ணிடம் சென்றார் கணேசன்….

"பயப்படாதிங்க மா பதட்டபடாதிங்க அதை அப்படியே கீழே வச்சிருங்க மா நான் போலீஸ் தான் ஒண்ணும் பிரச்சினை இல்லை இதுக்கு மேல நான் பார்த்துக்காரன்…"

கணேசன் தனது மொபைலை எடுத்து ஏட்டுக்கு டயல் செய்தார்..

"ஹாலோ ஸார் சொல்லுங்க ஸார்…"

"யோவ் ஏட்டு எங்கயா இருக்கீங்க…"

"சொல்லுங்க ஸார் ஸ்டேஷன்ல தான்…."

"இப்போ புதுசா வந்திருக்கானே அந்த மைலாப்பூர் சி3 இன்ஸ்பெக்டர் பேரு என்னாயா…."

"ஸார் அவர் பேர் சக்திவேல்"

"சரி அவன் நம்பர் இருந்தா அனுப்புயா…"

"இருங்க ஸார் ஒரு நிமிஷம் அதை எடுத்து தரேன் ஸார்….."

"ம்ம்ம்... சரியா... கொஞ்சம் சீக்கிரம் மா பார்த்து சொல்லுயா….."

"ஸார் உங்களுக்கு வாட்ஸ் அப் பண்ணிட்டன் ஸார் வந்துருச்சா பார்த்துக்கோங்க ஸார்…"

"ம்ம்ம் சரியா நான் அப்புறமா பேசுறேன்…"

சில நொடிகளில் வாட்ஸ் ஆப்பை திறந்து உள்ளே வந்த சக்திவேல் நம்பரை சேவ் செய்து அவருக்கு டயல் செய்தார் இன்ஸ்பெக்டர் கணேசன்…..

"ஹாலோ நான் ஆர் 2 வலசரவாக்கம் இன்ஸ்பெக்டர் கணேசன் பேசுறன் ஸார் மைலாப்பூர் சி3 ஸ்டேஷன் மெரினா கன்ட்ரோல்ல உள்ள இன்ஸ்பெக்டர் சக்திவேலுங்களா….”

"எஸ் ஸார் சொல்லுங்க ஸார்….”

"ஸார் இங்க மெரீனா பீச்சில ஒரு பாடி இருக்கு...கொஞ்சம் வர்றீங்களா? "

"ஒகே ஸார் இன்னும் ஒரு இரண்டு நிமிஷத்தில் ஸ்பாட்டுக்கு ரீச் ஆயிடுவன் ஸார் கிரெளவுட கிளியர் பண்ணி வைங்க ஸார் வந்துடறன்…"

"ஓகே ஸார் நான் ஸ்பாட்ல இருக்குறத கிளியர் பண்ணி வைக்குறேன் ஸார்…"

ஒரிரு நிமிடங்களில் இன்ஸ்பெக்டர் சக்திவேல் அங்கே வந்து சேர்ந்தார்…

"ஹலோ ஸார் நான் தான் இன்ஸ்பெக்டர் கணேசன்…"

"ஓ நீங்கதானா ஸார் எனக்கு கால் பண்ணது....... "

"ஆமா ஸார்"

"சரி வாங்க ஸார் ஸ்பாட்டுக்கு போய் பார்க்கலாம் வாங்க…."

"ஸ்யூர் ஸார் வாங்க போகலாம்…"அந்த இடத்துக்கு போனதும் துண்டிக்கப்பட்ட தலையை கண்டவுடன் சக்திவேல் மூக்கின் மீது கர்ச்சிப்பை வைத்து மூடி கொண்டார்…

சற்று தொலைவு தள்ளி வந்து பேச ஆரம்பித்தார்கள்…

"ஸார் இதை முதல்ல யாரு விட்னஸ் பன்னது?
"என் பொண்ணும் ஒரு கண் இல்லாத பொண்ணும் ஸார்…."

"புரியலை ஸார்…."

"உங்களுக்கு புரியற மாதிரியே சொல்லுறன் ஸார் கேளுங்க….

நானும் என் வைப் மற்றும் என் குழந்தை மூன்று பேரும் சேர்ந்து ரிலாக்ஸா இருக்காலுன்னு வந்தோம் ஸார்.."

"எவ்வளவு நேரத்துக்கு இங்கே பீச்க்கு வந்தீங்க ஸார்…"

"காலை மணி ஒரு ஏழு இருக்கும் ஸார்"

"பாடியை எப்போ ஸார் பார்த்தீங்க ஏழு நாற்பத்தைந்து ஸார் ஓகே ஸார் யூ கேரி ஆன்…"

"அப்புறம் எங்கப் பாப்பா விளையாடிட்டே அந்தக் கிப்ட் பாக்ஸை எடுத்துட்டு வரே…"

"வெயிட் வெயிட் கிப்ட் பாக்ஸா அது எங்க அதோ அங்கிருக்கு ஸார்…"

"ஒரு நிமிஷம் ஸார்…"

அங்கு சுண்டல் விற்பவனை கூப்பிட்டு "அந்த ஜீப்பாண்ட ஏட்டு கந்தசாமி இருப்பாரு சீக்கிரம் கூட்டிட்டு வா…"

"சரிங்க ஸார்"ன்னு அந்தப் பையன் சுண்டல் டிப்பனை அங்கேயே வைத்து விட்டு வேகமாக ஓட ஆரம்பித்தான்…

"ம்ம்ம் நீங்க சொல்லுங்க ஸார்…"

"அதான் ஸார் எங்கப் பொண்ணு நாய் துரத்திட்டு வருதுன்னு அந்தப் பாக்ஸ்ஸ கீழே போட..

அங்கே நாயை கூட்டிட்டு அந்தக் கண்ணு தெரியாத அம்மா வாக்கிங் வர….”

"ஸார் இந்த டைம்ல சூடா சுண்டல் சாப்பாட்டா நல்லா இருக்கும் இல்லை"

"ஆமா ஸார்…"

"இதோ அந்த சுண்டல் விக்கிற பையனே வந்துட்டான் பாருங்க…"

"டேய் தம்பி இரண்டு சுண்டல் தாப்பா…."

"ஸார் நீங்க வரச் சொன்னவரு பின்னாடி வந்துட்டு இருக்காறு…"

மூச்சு இறைக்க பேசினான் அச்சிறுவன்

"இரண்டு பொட்டலமா ஸார்"

"ஆமாம் பா…"

"எவ்வளவு பா ஆச்சு…."

"20 ரூபா ஸார்"

"இந்தாப்பா…."

"ஐயோ ஸார் சில்லறை இல்லையே ஸார்"

"நீ யே வச்சுக்கோ ...."

"ஸார் அதுலாம் வேனாம் ஸார் ஒரே ஒரு பத்து நிமிஷத்துல சில்லறை வாங்கிட்டு வந்து தரேன் ஸார்…."

"தம்பி நில்லுப்பா…."

"ஒரு நிமிஷம்... நீ தினமும் இங்கதான் வேலை பார்ப்பியா…."

"ஆமாம் ஸார் காலையில எவ்வளவு நேரத்துக்கு வருவ.."

"காலையில்ல ஐஞ்சிலிருந்து மணி ஆறு மணிக்கெல்லாம் சுண்டல் எடுத்துட்டு இந்தப் பக்கமா வந்துருவன் ஸார்…"

"நைட் எவ்வளவு நேரத்துக்கு போவ…."

"ராத்திரியில மணி எட்டுலிருந்து ஓன்பது மணிக்குள்ள தூங்கப் போயிரவன் ஸார்…."

"சரி ப்பா காலையில இந்தப் பக்கமா நீ சுண்டல் எடுத்துட்டு வரக்குள்ள கிப்ட் பாக்ஸ் எதுனா இங்கே இருந்துச்சா இல்லை ஸார் இப்போதான் ஸார் கொஞ்ச நேரத்துக்கு முன்னாடி தான் ஸார் இங்கே என்னமோ ஒரே கூச்சல் சத்தமா இருக்கேனு வந்து பாத்தன் ஸார் இந்தப் கிப்ட் பாக்ஸ் இருந்துச்சு ஸார்…"

"சரிப்பா ரொம்ப தேங்க்ஸ் நீ போயிட்டு வா…"

"ஸார் குட் மார்னிங் ஸார் நான் தான் ஏட்டு கந்தசாமி"ன்னு தன்னை இன்ஸ்பெக்டர் கணேசனிடம் அறிமுகப்படுத்தி கொண்டு இன்ஸ்பெக்டர் சக்திவேலிடம் உரையாட தொடங்கினார் ஏட்டு கந்தசாமி…

"சொல்லுங்க ஸார்…"

"யோவ் அந்த தலையை ஹாஸ்பிட்டலுக்கு அனுப்புசயா…."

"எஸ் ஸார்…."

"சரி அந்தக் கிப்ட் பாக்ஸை பாரன்சிக்கு அனுப்பிச்சுறு…"

"எஸ் ஸார்…."

அங்கிருந்து ஏட்டு கந்தசாமி கிளம்பினார்….

கணேசன் சக்திவேலை பார்த்து…

"ஏங்க ஸார் அந்தப் பையனுக்கு இருபது ரூபா சுண்டலுக்கு 2000 ரூபா தந்தீங்க …."

"அதற்கு கணேசனை பார்த்து சக்திவேல் சிறிதளவு புன்னகைக்க….."

தூரத்தில் அந்தப் பையன் "ஸார் ஸார்" என்று கத்திட்டு ஓடி வந்தான்….

மூச்சிறைக்க கிட்டே வந்து "இந்தாங்க ஸார் உங்கப் பணம்…."

"ஸார் அப்புறம் ஒரு விஷயம்…"

"ம்ம் சொல்லுப்பா…."

"கொஞ்சம் முன்னாடி கேட்டிங்கிள்ள ஆமாம் பா அதுக்கு என்ன பா"

"ஸார் அங்கிருந்த தாத்தா அதை பார்த்தாராம் ஸார்…."

"சரி தம்பி நீ போய் கூட்டிட்டு வா அவர…."

கணேசன் (மனதிற்க்குள்)

"என்னோட சின்னப் பையன் தான் வைசுல எவ்வளவு புத்திசாலிதனமா இருக்கான் பாரு

என்ன ஒரு 25லிருந்து 27 இருக்கும்

நல்லா மிடுக்கா போலிஸ்க்கே உரிய கம்பீரமும் சிறு பிள்ளையின் குறும்பு தனமும் அவன் கிட்ட நிறையவே இருக்கு ..."

"இவன் என்னடான்னா பர்ஸ்ட் மீட்லே இம்பரஸ் பண்ணிட்டான் ஜகஜால கில்லாடிதான் டா…"

"இவன்கிட்ட நிறைய விசியம் கத்துகோனும்யா…."

"இருந்தாலும் இவன்கிட்ட என்னமோ இருக்கு…"

என மனதுக்குள் அதைப்பற்றி சிந்தனைகளை கணேசன் ஓட விட….

"ஸார் அப்புறம் டீ சாப்டே பேசலாமா ஸார் என சக்திவேல் கணேசனை பார்த்து கேட்க"....அவன் அவனுடைய மனைவியை பார்த்து கை சைகை காட்டிவிட்டு.

"ஓகே ஸார் போலாம் வாங்க…."

"சில மணி நேரத்துக்கு பிறகு காபி ஷாப்பில் இருவரும்…"

"முதலில் சக்திவேல்…."

"ஸார் இது எனக்கு பர்ஸ்ட் கேஸ் ஸார்…"

நான் டியூட்டியில ஜாயின் பண்ணி மூனு வருஷம் ஆகுது ஸார்…

"இது தான் நான் அட்டன் பன்னுற பர்ஸ்ட் கிரைம் கேஸ் ஸார்…."

"இது மாதிரி நிறைய கேஸ்ஸ அட்டன் பண்ணியிருப்பிங்கள்ள ஸார்…"

"ஸார் உங்களுக்கு எத்தனை வருஷம் ஸார் எகஸ்பிரியன்ஸ்…."

இப்போது கணேசன் தொடர்ந்தார்….

"நானும் உன்னை மாதிரி தான் பா 25 வயசுல டியூட்டிக்கு ஜாயின் பண்ண…."

"ஜாயின் பண்ன அடுத்த நாளே நான் அட்டன் பண்ன முதல் கேஸ்ஸே இதே மாதிரி கிரைம் கேஸ் தான்….

நானும் இப்படி தான் எதுவுமே தெரியாத இருந்தன் அப்புறம் தான் ஒவ்வொரு விசியமா கத்துட்டு வரேன்…."

"இப்போ எனக்கு பத்து வருஷம் ஆச்சு ஆனா டிபார்ட்மெண்ட்ல நம்ம கோல்ல அச்சிவ் பண்ணமான்னா.... அது இல்லை⋯."

"ஆனா உனக்கு அப்படி இல்லை பா இந்த கேஸ்ஸ எக்காரணத்தை கொண்டு உன் கையை விட்டு நலுவ விட்டுறதா இந்த கேஸ் உனக்கு ரொம்ப உதவியாக இருக்கும்⋯"

இப்போது சக்திவேல்⋯

"சரிங்க ஸார் ரொம்ப தேங்க்ஸ் ஸார்.."

"இந்த கேஸை பத்தி உங்கப் ஒப்பினியன் ஸார்⋯."

"காபி குடித்த ஒரு நொடியில் பொறை ஏரியது கணேசனுக்கு......"

▪▪▪

அத்தியாம்-7

அதன் பிறது பழையதை ஒதுக்கி வைத்தவள்; தூங்கி போனாள். அவள் காதலனின் நினைவை மட்டும் அடக்க முடியாதவள் தனிமையில் தண்ணீர் பட்ட சக்கரையாக கரைந்து போனாள் . உள்ளே உடைந்த கண்ணாடியாக இருக்கும் உத்ரா வெளியில் தன்னை உடையாத கண்ணாடியாக தான் காட்டிக்கொண்டிருந்தாள்.

அதற்கடுத்த வந்த நாட்களில்…இனியா என்னதான் கல்யாணம் வேலையில் பிசியில் சுற்றித்திரிந்தாலும்,உத்ராவிடம் ஒரு முறையாவது பேசிவிடுவான்.

இனியாவும்,பேபியும் குறைந்தது ஒரு மணி நேரமாவது பேசிவிடுவார்கள். இவர்களின் புதிய நட்பு உத்ராவை அவள் நிலையிலிருந்து கீழ் செல்லவிடாமல் வைத்திருந்தது.

உறங்கும் போது, இரவுகளில் மட்டும் அவளின் கண்களுக்கு விருந்து வைக்க வரும் அவளது காதலன் முகம் அவளை பகல் பொழுதிலும் தெடர்ந்தது.

முதலில் அவன் கற்பனை பிம்பத்தை பார்த்தவள் அதன் பிறகு சாதாரணமாக அந்த பிம்பத்தை கண்டுகொள்ளாமல்

நகர்ந்துவிடுவாள். இப்படியே அந்த மாதம் கழிந்தது.

இனியாவின் திருமணம் கிராமத்தில் நடந்துக்கொண்டிருந்தது. அலைந்துதிரிந்து கிராமத்திற்கு வருவதற்குள் போதும் போதும் என்றானது உத்ராவிற்கு. எப்படியோ அடித்து பிடித்து ஊர் எல்லைக்கு வந்தவள். உருக்குள் போக வழி தெரியாமல், திருவிழாவில் கைவிட்ட குழந்தை போல விழித்துக்கொண்டிருந்தாள்.

நல்ல வேலை இனியா அவனது சொந்தக்கார பெண்ணை அனுப்பிருந்தான் உத்ராவை அழைத்து வர.

அந்த பெண்ணும் வழியில் உத்ராவை பார்த்துவிட கையோடு அழைத்து சென்று இனியாவிடம் ஒப்படைத்தாள்.

"மேடமை எப்போ வரச்சென்னா எப்போ வர்ரீங்க?" என இனியா மாப்பிள்ளை அழைப்புக்கு தயாராகிக்கொண்டே கேட்க.

"அது விடு.. இப்போவாது வந்தேன்னு சந்தோஷப்படு , நான் வர ஐடியாவே இல்லை எல்லாம் என் பேபிக்காகதான் வந்தேன் "என சொல்லிக்கொண்டிருக்கும் போதே.

இனியாவின் பேபிமா திருட்டு பூனையாக உள்ளே நுழைந்து வேகமாக கதவை சாற்றிவிட்டு இனியவை பின்னிருந்து அணைத்துக்கொண்டாள்.

உத்ரா அங்கு சங்கடமாக நெளிந்துக்கொண்டிருந்தாள்.

இனியாவுக்கு எதிரே உத்ரா நின்றிருந்தது பேபிக்கு தெரியவில்லை.

"அம்மு கையை எடு "என இனியா அவளது கைகளை விளக்கிவிட பார்க்க.

"சரியான வேஸ்ட்டு மாமா நீ.. நீ தான் என் ரூம் தேடி திருட்டுதனமா வரனும் என் நிலமையை பாரு நான் வந்துட்டிருக்கேன் " இவங்க செய்யும் சேட்டையில் உத்ரா இவர்களுக்கு எதிர்புறமாக திரும்பி நின்றாள் என்ன தான் காட்சிகள் தெரியாவிட்டாளும் இருவரும் பேசிக்கொண்டிருப்பது தெளிவாக உத்ராவுக்கு கேட்டுக்கொண்டிருந்தது.

"இந்த பேபி பெயரை விட அம்மு நல்லாயிருக்கே "என உத்ரா சொல்ல.

திடீரென வந்த குரலை கோட்டு பேபி பிரிந்து நிற்க.

“ஐயோ.. நீ இங்கத்தானிருக்கியா” என இனியாவின் முதுகுக்கு மறைவாக முகத்தை புதைத்தாள்.

“நான் எதும் பார்க்கலை..”என இருவரையும் கலாய்த்து விட்டு.

இருவருக்கும் அவள் வாங்கிவந்த தங்க பிரேஸ் லேட்டை அணிவித்தாள். “love forever “ என ஆங்கிலத்தில் பொறிக்கப்பட்டிருந்தது. இனியாவும் சரி அவனின் துணைவிக்கும் சரி நண்பர்கள் பட்டாளம் நிறைய இருந்தாலும் நெருங்கிய உறவு இல்லாத ஏக்கம் இருவருக்கும் இருக்கத்தான் செய்தது. அதை ஈடு செய்யும் வகையாக உத்ராவின் உறவு உருவாகியதில் .. இருவரும் ஸ்தம்பித்து நிற்க.

“ஹாலே இனியா.. டாக்டர் சார்.. அடியே அக்கா அம்முகுட்டி” என இருவர் முகத்துக்கு முன்னும் கைகளை அசைத்து நிகழ் உலகுத்து அழைத்துவந்த உத்ரா.

“ரொம்ப பீலிங்ஸ்க்கு போகாதிங்க.. இந்த தங்க சங்கிலி ஒரு லஞ்சம் தான்” என்றவள்.

“என்ன லஞ்சம்?”இனியா புரியாமல் கேட்க.

“அந்த தாலிய மூனாவது முடிச்சி போடனும்னு எனக்கு ரொம்ப வருட ஆசை அதை உங்க கல்யாணத்தில் நிறவேத்திக்கத்தான்.. இந்த

அமேசான் கட்டுக்குளிருக்கும் ஊரை தேடிக்கண்டுபிடித்து வந்தேன் “என சொல்ல இனியா உணர்ச்சிவசப்பட்டு உத்ராவின் எழும்பு நொருங்கும் அளவுக்கு அழுத்தி கட்டி அனைத்தான்.

“அடேய்… என் எழும்பு போச்சி,ஐயோ நொருங்கர சத்தம் எல்லாம் கேக்குதே விட்டு தொலைடா கடங்காரா “என இனியாவின் முதுகை பிடித்து பிராண்டி வைத்தால். இனியாவுக்கு பூனைக்குட்டி பிராண்டி வைத்தது போல தானிருந்தது . அவனது உணர்ச்சிகள் மட்டுப்படவும் விடுவித்தான்.

“அப்ப நான் உனக்கு அண்ணாவா?”

“நான் என்ன வேற மொழியிலையா சொல்லுறேன் “என அவன் அனைத்ததில் உடம்பில் சில எழும்புகள் இடம் மாறியிருந்தது போல உணர்ந்தவள்.

பக்கமிருந்த ஒரு டம்லரை அவன் தலையில் படும்படி விட்டெறிந்தாள். இனியாவுக்கு வலித்தாலும் . புது தங்கச்சி , இவ்வளவு கியூட்டா அழகா கிடைத்ததற்கு சந்தோஷத்தில் தூசு போல தட்டிவிட்டவன். சிறுவனாக அவன் அத்தை மகளிடம் .

“அம்மு.. பாப்பா…” என்றான்.

“ம்ம்.. “என உத்ராவை அம்மு பாசமாக பார்க்க.

இருவரும் ஒன்றாகயிருப்பதை தெரிந்துக்கொண்ட உறவினர்கள் அம்முவுக்கு பெரிய திட்டை திட்டிவிட்டு அவளது அறைக்கு அழைத்துச் சென்றார்கள்.

“மாப்பிள்ளை அழைப்புக்கு, நேரமாச்சி சிக்கிரம் தயாராகு “என அழைத்து வர அவனது நண்பர்கள் வர.

உத்ரா அவளது பையை ஆராய்ந்துக்கொண்டிருந்தாள்.

“இனியா ரெஸ்ட் ரூம் எங்க “என கேட்பது இனியாவிடமிருந்தாலும் அவளது பார்வை இனியாவின் நண்பன் மீதிருந்து மீண்டது.

மாப்பிள்ளை அழைப்புக்கு தயாராகிக்கொண்டிருக்கும் போது. உத்ரா பஞ்சுமிட்டாய் நிற ஆடையில் தேவதையாக வந்தாள்.

“அழகாயிருக்க பாப்பு “என சொல்ல.

“எனக்கு தெரியும்.. முதல்ல உன் மண்டையை பாரு.. தலையை கூட ஒழுங்கா சீவத்தெரியல. நீ என்ன டாக்டருக்கு படிச்சி கிழிச்ச “ஆறடிக்கு உயர்ந்து நின்றவனை இழுத்து மெத்தையில் அமரவைத்து அழகாக தலை வாரிவிட்டாள் .

சற்று முன் தங்கையாக உருமாறியவள்.. இப்போது தாயாக இனியாவை பார்த்துக்கொண்டாள்.

யார் எவர் என.ஒன்றும் தெரியாத போதே.. இவளின் கண்களின் சிரிப்பை பார்க்க நினைத்தவன். தன் வாழ்வில் முக்கியமான உறவாகிய பின் விட்டுவிடுவானா என்ன.

இனியா நினைத்தது ஒன்று தான் அவளாக சொல்ல வந்தால் தான் அடுத்தக்கட்ட நடவடிக்கை எடுக்க வேண்டும் என . அதற்குள் திருமணம்,ஹனிமூன் என முடித்துவிட்டு வந்துடனும்.. என அனைத்தையும் திட்டம் போட்டவன்.. வெள்ளை வேட்டி சட்டை அணிந்திருக்க.

"இனியா.. அம்மு என்ன கலர் சாரி "என உத்ரா அவளது போனை நோண்டிக்கொண்டே கேட்க.

"பச்சைனு நினைக்கறேன்?"

"என்னாது பச்சைனு நினைக்கறயா.. விளங்கிடும் எதுக்கு தான் இத்த பசங்க இப்படி இருக்கீங்கலோ ".

"இதுல என்ன இருக்கு"... என்னடா.. "இர்ரெஸ்பாண்சிபில் " இனியா குழப்பத்தோடு உத்ராவை பார்க்க.

“வைப் என்ன கலர் கட்ட போறானு கூட தெரியலை.. நீயெல்லாம்... இரு வரேன் “என அம்மு அறைக்கு சென்றவள். அவளின் புடவை வண்ணத்தை பார்த்து வந்து.

“லூசு இனியா.. பிங்க் கலர் சாரி “என மண்டையில் போட்டவள் அவனது பேகிலிருந்து ஒரு ரோஸ் சட்டையை எடுத்து அவனுக்கு போட சொல்லிவிட்டு நீங்கினாள் . அவனை மாப்பிள்ளை அழைப்புக்கு அழைத்து செல்ல அவன் நண்பர்கள் வரவும் சரியாகயிருந்தது.

இரவு நெருங்க நெருங்க.. உத்ராவுக்கு பழைய நினைவுகள் பேய்யாட்டம் போட்டது.

உத்ராவின் இந்த செயல் இனியாவுக்கு மனதில் பயத்தை கிளப்பியது. அவளது நிலையை மாற்ற.

“உத்ரா என் கூட வா..”என இனியா அழைக்க.

“நீ கிளம்பு நான் இன்னும் ரெடி ஆகலை … வரேன் “என கண்ணாடி முன்னிருந்து தன்னை தயாராகிக்கொண்டிருக்க.

இனியா மாப்பிள்ளை அழைப்புக்கு சென்றிருந்தான்.

கிட்டதட்ட ஒருவருடம்... அவளை கண்ணாடியில் கண் குளிர ரசித்தது.

உத்ராவுக்கு.. டிரசிங் மேல அளவுக்கதிகமான பிரியம்.. ஒவ்வொரு ஆடைக்கும் தகுந்தார் போல அனைத்தும் வைத்திருப்பாள்.

அவளது விழிகளில் மைவைத்து தீட்டியிருக்கும் நேரங்களில் பூக்களில் மொய்க்கும் பட்டாம்பூச்சி போல அனைவரது பார்வையும் இவளைதான் வட்டமடிக்கும். உலக அழகி போல அழகுயில்லா விட்டாலும் ஒரு நிமிடத்தில் ஆண்களை கவரும் முகம்.

அந்த தனிமை இரவின் பிடியிலே, கிராமத்து ஜன்னலில் வரும் பணி காற்றுடன் சேர்ந்து திருமணத்திற்கு அலங்கரிக்கப்பட்ட பூவின் மணம் கலந்து வந்த அந்த நறுமணம் அவளை மயக்கத்தான் செய்தது.

இந்த இனிமையான பொழுதில், அவன் என் அருகில் இல்லையே என வருந்திய அவளது மனம், அடுத்த நொடி நல்லாயிருந்த உறவை கெடுத்தது உன் கண்ணீரும் மன அழுத்தமும் தான் என நினைக்க. அவளது செவ்விதழ்கள் அவளை இகழ்ச்சியாக பார்த்து ஏளன புன்னகை வீசியது.

என்ன.நடந்தாலும் இனி ஒரு சொட்டு கண்ணீர் விடக்கூடாது என உறுதி மொழி செய்தவள். அவளது முகத்தை ஈரத்துணியால் துடைத்து.. சிறிது நேரத்தில் பவுடர் பூசி பொட்டு வைத்தவள்

இன்னும் அழகாக தெரிந்தாள். அவளது பையிலிருந்த மையை எடுத்தவள் அழகாக அவளது கண்களில் தீட்ட துவங்கினாள். ஒரு சிறு டப்பாவை எடுத்தவள் ஆள்காட்டி விரலால் தொட்டுவிட்டு இதழில் அவள் ஆடைக்கு ஏற்ப வண்ணம் அடித்தவள் மனதில் பழைய நினைவுகள் தாண்டவம் ஆடியது. தயாராகியவள் ஜன்னல் வழியே நிலாவை ரசித்திருந்தவளின் கண்கள் பக்கத்து வீட்டை பார்க்க. அங்கு அவளவன் இவளை பார்த்து ரசித்துக்கண்டிருக்க இரு கண்களையும் அழுத்து மூடி பிறகு திறந்தவள் ... அங்கு நிலாவைத்தான் கண்டாள் .

இப்படிதான் இரவு ஆனால்.அவளவன் காற்றோடு வந்துவடுவான் மீண்டும் காற்றோடு கறைந்துவிடுவான்.

அவனது நினைவை ஒதுக்கி வைத்தவள் கீழே என்ன நடக்கிறது என.ஆராய்ச்சி பார்வையோடு நடந்துவந்துக்கொண்டிருந்தாள்.

வீடு முழுவதும் பூக்களை கொண்டு தோரணம். வீட்டுக்கு வெளியே மட்டுமில்லாமல் வீட்டிற்கு உள்ளேயும் தோரணங்கள் வண்ண விளக்குகள்.

உத்ரா பூஜை அறையை நேட்டமிட்டாள். அழகாக அலங்கரிக்கப்பட்டிருந்தது.

அப்படியே அவளது பார்வை வீட்டிற்கு வெளியே வர அங்கு நின்றிருந்தவனை பார்த்து அதிர்ச்சியில் உறைந்தாள் உத்ரா......

அத்தியாயம்-8

"ஹலோ யாரு…..'' என்று சரவணன் கேட்க

ஓரிரு நிமிடங்கள் மயான அமைதி நிலவியது இரு பக்கமும் எந்த ஒரு ஆர்ப்பாட்டமும் நடைபெறவில்லை….

இரு பக்கமும் அமைதியாக இருக்க…

மறுபடியும் " ஹலோ நீங்க யாரு" என்று சரவணன் கேட்க…

மறுபடியும் அமைதி நிலவியது….

ச்சே என்னடா இது இவனுங்களுக்கு வேற வேலையே இல்ல போல அப்படின்னு சரவணன் தனது கால் கட் பண்ண போகும் போது…

"ஹலோ ஒரு கதை சொல்லட்டா சரவணா…"

எனக் கர்ஜிக்கும் குரலில் கேட்க…

"ம்ம் சரி நீ கதை சொல்றதுக்கு முன்னாடி

நீ யாருன்னு சொல்லு…."

"ஏன்டா ஏன் இப்படி நான் எவ்வளவு வில்லத்தனமா பேசுறேன் அதுக்குன்னு கொஞ்சமாச்சு ரெஸ்பான்ஸ் தாடா….."

"சரி சரி…."என்று சரவணன் சொன்னான்

"வ்வாவ்... சரி நான் தான் டா பேசுறேன்…"

"நீ தானா ஏன் உனக்கு பேர் இல்லையா என்றான் சரவணன்"

"டேய் நான் தான் ஆதித்யா பேசுறேன்…."

"ம்ம் அதுக்கு என்ன பண்ணலாம்னு சொல்ற…" என்றான் சரவணன்

"எனக்கு இந்த பேர் புடிக்கல

அதான் நல்ல பேர் வைக்க சொல்ல உனக்கு கால் பண்ண இப்போ மாத்துற ஐடியா போச்சு போனை வை…."

"டேய் டேய் சும்மா தான் டா உன்கிட்ட விளையாடனன் அதுக்கு போய் கோச்சிக்கிட்டு... என்றான் சரவணன்

"சரி அதை விடு என்ன விசயமா கால் பண்ண…"

"ஒன்னும் இல்ல டா அவ என்ன ரொம்ப இரிடேட் பண்ணுறா…."

"அவளுக்கு உதவ தான் நான் வந்திருக்கிறேன் ஆனா அவ என்ன ரொம்ப டாமினன்ட் பண்றாடா…."

"அதான் எனக்கு ரொம்ப கடுப்பா இருக்கு…."

"அவகிட்ட உன்னால மட்டும்தான் பேச முடியும் அவளும் உன்கிட்ட மட்டும்தான் மனசுவிட்டு பேசுவா சோ தயவு செஞ்சி அவகிட்ட கொஞ்சம் பேசுடா "

"சரிடா அவகிட்ட நான் இதைப்பத்தி பேசுறன்….

"ஏ மாமா எவ்வளவுடா நேரம் உனக்காக வெயிட் பண்றது சீக்கிரம் வாடா…. என்று செல்லமாக கோபபட்டாள் ஆர்த்தி"

"ஒரு நிமிஷம் இருடி…" என்று சரவணன் கூற

"என்னது டி யா" என்று ஆர்த்தி முறைக்க

"என்னடா சரவணா ஆர்த்தி போல செம மஜா தான்" என்றான் ஆதித்யா போனில்

"உன்னை இல்லடா தங்கம் உன்னை போய் டி சொல்லுவனா

இங்கே போன்ல இருடா ன்னு சொல்றதுக்கு பதிலா டங்கு ஸ்லிப்பாகி இருடின்னு வந்துருச்சு…." என்றான் சரவணன்

"டேய் டேய் சரவணா நல்லா வாயில தோசை சுடுறடா…." என்று கலாயித்தான் ஆதித்யா போனில்

"ஐயோ இவங்ககிட்ட மாட்டின்னு நான் படுற பாடு இருக்கே" சரவணன் மனதிற்குள்

"ஹிம் அதானே பார்த்தேன்" என்று செல்ல முறை முறைத்தாள் ஆர்த்தி

"டேய் கம்முனு இருடா நான் அப்புறம் கால் பண்றேன் போனை வைடா கொஞ்சம்" சரவணன் கூறினான்

"ஹேப்பி ஜர்னிடா…" (ஆதித்யா போனில்)

"ம்ம்ம்" என்று சொல்லி போனை வைத்தான் சரவணன்…..

"யாருங்க போன்ல…"என்று கேட்டாள் ஆர்த்தி

"ஆதித்யா தான்…"

"ஓ சரி சரி….”

"சரிம்மா நீ காரை ஸ்டார்ட் பண்ணு கிளம்பளாம்…"

ஒரு நிமிடம் வெட்கமும் புன்னகையும் மாறி மாறி ஆர்த்தியின் முகத்தில் மின்னியது…

இவனோ பின் இருக்கையில் அமர்ந்த படி நாவல் ஒன்றை கைப்பேசியில் அமைந்துள்ள ஒரு செயலில் படித்து கொண்டு இருக்கிறான் சரவணன்……

இவன் தன்னைப் பார்ப்பானா என்று ஆர்த்தி ஒவ்வொரு வினாடியும் சென்டர் கண்ணாடியை பார்ப்பதும் ரோட்டைப் பார்ப்பதுமாய் காரை ஓட்டினாள்..

ஒரு சில நிமிடங்கள் வெட்கமும் ஒரு சில நிமிடங்கள் புன்னகையும் ஒரு சில நிமிடங்கள் அவள் கண்களில் ஏமாற்றமும் மாறி மாறி தெரிந்தது….

அவனோ தலையை கீழே தொங்கப்போட்டு கதையை படிக்க ஆரம்பித்தவன் திரும்பி கூட பார்க்கவில்லை…..

உடனே சற்று கடுப்பான இவள் சடனாக ஒரு பிரேக்கை போட்டாள்….

அவள் பிரேக் போட்ட வேகத்தில் பின் சீட்டில் உட்கார்ந்து இருந்த சரவணன் கையில் இருந்த கைப்பேசி அவன் முன் சீட்டில் பட்டு விழ .. வேகமாக ஒரு யூ டர்ன் போட்டு அந்த மண் புழுதி ரோட்டில் காரை செலுத்தினாள் அந்த வழியின் கடைசியில் ஒரு ஸ்பின் மில் மூடப்பட்ட நிலையில் இருந்தது.

அங்கே வேகமாக போய் காரை நிறுத்த கார் ஒரிரு வினாடிகள் சுத்தியது….

"ச்சி ஏன்டி இவ்வளவு மொக்கையான ஐடியா வருது கொஞ்சமாச்சு நீ மெச்சுறா நடந்துக்கோ…"

"இந்த மாதிரி அட்வஞ்சர்ஸ் லாம் வேனா ஏதோ தெலுங்கு படத்தை தமிழ் டப் பண்ண மாதிரி…."

"வேற எதுனா புதுசா யோசி…."

"எப்படி சொல்றது…."

என தனது மனதுக்குள் நினைத்து கொண்டே ...

"இங்க ஒருத்தி புலம்பின்னு வண்டி ஓட்டிட்டு இருக்கா கண்டுக்கிறானா பாரு என்னா ஏதுன்னு ஒரு வார்த்தை கூட கேட்குறானா பாரு ஹிம்"

என மனதிற்குள் ஒரு அறப்போர் நடத்தி கொண்டு வந்தாள் ஆர்த்தி…

"ச்சே இவனை….."

"யயம் " என்று கனைத்தாள் அவன் பார்ப்பான் என்று ஆனால் அவன் பார்வை நாவலை படிப்பதில் தான் இருந்தது

அடுத்து இருமல் வந்தார் போல் நடித்தாள் அவன் பார்ப்பான் என்று…

அப்போதும் அவன் பார்க்கவில்லை கவனம் முழுவதும் நாவலை படிப்பதில் தான் இருந்தது…

"என்னங்க"

"ம்ம்ம்"

"என்னஙக"

"ம்ம்ம்"

"என்னங்ங்க"

"ம்ம்ம் சொல்லு ஆர்த்தி"

"ஒண்ணுமில்லை….."

"அப்புறம் என்னத்துக்கு சும்மா என்னங்க என்னங்க ன்னு கூப்பிட்டு இருக்க…"

அவள் சற்று கோபத்துடன் வீட்டுக்கு வந்து சேர்ந்தாள்…

காரை பார்க் பண்ணிட்டு

வேக வேகமாக அதே கோபத்துடன் வீட்டிற்குள் நுழைந்தாள் "இந்த மனுஷன்.... கொஞ்சமாச்சு லவ் இருக்கா இதை கட்டினதுக்கு பதிலா ஒரு ஜடத்தை கல்யாணம் பண்ணி இருக்கலாம் எல்லாம் என் தலையெழுத்து இவன் கூட இம்சை படுன்னும்னு…."

இப்படி முனங்கி கொண்டே கதவை திறந்தாள்…

திறந்தவுடன் ஒரு ஆச்சரியம்…

வீட்டினுள் ஆர்த்தியின் அப்பா அம்மாவும் மற்றும் அவளது நண்பர்களும் அங்கே கூடி இருந்தார்கள்….

இவளுக்கு ஒரே சந்தோஷம்.

அப்போது ஒரு காலிங் பெல் சத்தம்…

"டிங் டாங்" என்று…

அந்த கணம் அவள் பழைய நிலைக்கு திரும்பினாள்..

எல்லோரும் அவளைச் சுற்றி வாழ்த்துக்கள் சொல்ல..

இவள் தன் கணவனை தேடினாள்..

மறுபடியும் அதே காலிங் பெல் சத்தம்

"டிங் டாங்" என்று…

"யாருடா இது"ன்னு போய் கதவை திறந்தாள் ஆர்த்தி….

அங்கே சரவணன் கையில் ஒரு கேக் பாக்ஸ் உடன் நின்றிருந்தான்….

ஹேப்பி பர்த்டே பேபி...என்று அவன் கூற கண்களில் ஆனந்த கண்ணீருடன் அவனை

ஓடிச்சென்று இருக்கி கட்டி அனைத்து கொண்டே கூறினாள் "ஐ லவ் யூ டா புருஷா…"

"ஐ லவ் யூ டி பொண்டாட்டி….."

ஒரு கையில் கேக் ஒரு கையில் கைப்பேசி ஆர்த்தியை கட்டிப்பிடித்திருந்த நிலையில் ஒரு கால் சற்று முன் ஆதித்யா டயல் செய்த எண்ணில் இருந்து வந்தது….

அதை அவன் கவனிக்கல…..

சிறிது வினாடிகள் சென்ற பிறகு சுற்றிலும் ஆளுங்க இருக்காங்க அவர்கள் எல்லோரும் நம்மை தான் பார்க்கிறார்கள் என்று உணர்ந்து இருவரும் தனித்தனியே விலகி கொண்டு வெட்கப்பட்டு கொண்டே சென்றனர்….

அங்கு கூடியிருந்த நண்பர்களும் தோழிகளும் ஆர்த்தியுடன் உரையாட..

அம்மாவும் அப்பாவும் அவளது பிறந்தநாளுக்கு ஒரு தங்கச் செயின் அன்பளிப்பாக தந்து அவளிடம் "உன்னுடைய அடுத்த பிறந்தநாளுக்கு….."

"ஒரு பேரனோ பேத்தியோ பெத்துக் கொடுத்துர்றா தங்கம்.. நாங்க ரெண்டு பேரும் நீ இல்லாம ரொம்ப கஷ்டப்படுறன்டா அதுனால கொஞ்சம் சீக்கிரமே ஒரு பேரன் பேத்தியை பெத்துக் கொடுத்துரா ..."

அப்போது அவள் சரவணனை பார்த்து புருவத்தை ஆட்ட அவன் தலையை சொறிந்து கொண்டே வெட்கத்தில் தலை குனிந்தான் சரவணன்….

"ஆமாடா தங்கம் நீ இல்லாத வீடே வெறிச்சோடி போயிடுச்சு அம்மா சொல்ற மாதிரி எங்களுக்கு ஒரு பேரனோ பேத்தியோ பெத்துக் போட்டுடனா நாங்க எங்க கடைசி காலத்தை அவங்களோட டைம் ஸ்பென்ட் பன்னுவோம்"என்று ஆர்த்தியின் தந்தை கூற..

"நான் எல்லாம் ரெடியா தான் இருக்கேன் ஆனா உங்க மருமகப் புள்ளதான் எதுக்குமே ஒத்து வர மாட்டேன்ங்குறாரு வேலை வேலைன்னு அதையே கட்டி பிடிச்சிகிட்டு அழுறாரு இதெல்லாம் அவர்கிட்ட சொல்லுங்க" என மனதிற்குள் நினைத்து கொண்டு இருக்க..

"என்னடிம்மா நாங்க பாட்டுக்கு பேசிட்டே இருக்கோம் நீ பாட்டுக்கு எதையோ யோசிச்சிட்டு இருக்க"... என்று அப்பா கேட்க

"ஏங்க நீங்க வாங்க போகலாம் சின்னஞ்சிறுசுங்க தனியா சந்தோஷமா இருக்கட்டும் ன்னு விடமா நீங்க வேற நந்தி மாதிரி குறுக்க நின்னுட்டு…."

என்று கூறி அம்மா அப்பாவை அங்கிருந்து இழுத்து செல்ல அவளது பிறந்தநாள் விழாவிற்கு வந்த அனைத்து நணபர்களும் தோழிகளும் அவளிடம் வாழ்த்து கூறி விட்டு தாங்கள் வாங்கி வந்த பரிசை அவளிடம் தந்து விட்டு சென்றனர்.

மெல்ல மெல்ல கூட்டமும் கலைந்தது

கடைசியாக அம்மாவும் அப்பாவும் கூட அங்கிருந்து புறப்பட்டு சென்று விட்டனர்.

அந்த வீட்டில் அவர்கள் இருவரும் மட்டும் தனியாக நின்று கொண்டிருந்தனர்…

அவர்களின் கண்களில் காதல் அருவி கொட்டியது.

அவளது பார்வையில் அவனைக் சுட்டெரிக்க அவன் மறுபடியும் வெட்கத்தில் தலை குனிந்தான்…

அவளும் வெட்கத்தில் மலரைப் போல் மலர.

சரவணனும் தன் காதல் பார்வையை தேனீக்கள் போல் அவள் மீது படற விட்டு கொண்டே அவள் அருகே வந்தான்…

ஒவ்வொரு நொடிக்கும் ஆயிரம் கவிதைகளை அவர்கள் இருவரும் கண்களாலே பரிமாறி கொண்டிருக்க.

சரவணன் மெல்ல அருகில் வந்து அவளது கண்ணத்தை பிடித்து உதட்டோ உதடு வைத்து முத்தமிட வர…

இவள் வெட்கத்தில் ச்சி என்று முகத்தை முடிக் கொண்டாள்….

உடனே "தட்" என்ற சத்தம்..

அவள் சுதாரித்து கொண்டு காரை நிறுத்தினாள்.

பிறகு தான் தெரிந்தது இவை அனைத்தும் இவளது கற்பனை என்று…

பயத்தில் யாருக்கு என்னாச்சு என்று காரை நிறுத்திவிட்டு வேகமாக இறங்கி போகிறார்கள்..

"ச்சே முட்டாள் தனம் பண்ணிட்டே ஆர்த்தி பார்த்து ஓட்ட மாட்டயா" என்று அவளுக்கு அவளே திட்டிக்கொண்டாள்…

சரவணன்…. "யாருக்கும் ஒன்னும் ஆகியிருக்காது பயப்படமா வா" என்று கூறி கொண்டே அந்த இடத்தை நோக்கி செல்கிறார்கள்..

அங்கே கூட்டம் கூடியிருப்பதை கண்டு இன்னும் பயந்தாள் ஆர்த்தி….

சரவணன் மெல்ல மெல்ல அந்த கூட்டத்தை விலக்கி உள்ளே நுழைந்து பார்த்தான்….

அங்கே…

அத்தியாயம்-9

உத்ராவின் காதலன் போல ஒருவன் நின்றிருந்தான்… அந்த வீட்டின் வாசலில்

என்ன தான் அவன் வேண்டாம் என சென்றிருந்தாலும், தவறு உத்ராவிடம் தானிருந்தது. அவள் தவறுக்கு மன்னிப்பு கேட்க பரபரத்தது அவளது வாய், மனதில் ஒரு சிறு நடுக்கம் எப்படி போய் பேசுவது என ஒரு வழியாக மனதில் தைரியத்தை வரவழைத்துக்கொண்டு.. அவன் அருகில் போய் பேச தெடங்கும் முன். மனதில் கோர்வையாக பேசிப்பார்த்தாள். அருகில் நின்ற பிறகு தான் உத்ராவுக்கு புரிந்தது. எல்லாம் கற்பனை பிம்பங்கள் என.

உத்ரா தன்னிடம் தான் ஏதோ கேட்க வருவதை புரிந்துக்கொண்ட அந்த நபர்.

"என்ன மா எதாவது வேணுமா "என கட்டக்குரலில் கேட்க. அந்த குரலை கேட்டு மிரண்டவள். மிரண்ட விழிகளேடு அந்த நபரை பார்த்தாள். என்ன சொல்வது என குழம்பி நின்றாவள், வாய்க்கு வந்ததை பேச,

“அது.. அண்ணா மாப்பிள்ளை அழைப்புக்கு எங்க போகணும் “என உத்ரா தன் பதற்றத்தை மறைத்துக்கொண்டு தயங்கிக் கேட்க.

” நானும் அங்கத்தான் போறேன்.. வா “என உத்ராவை அழைத்துக்கொண்டு போனார்.

பார்க்கவும் குரலும் தான் பயங்கரம் ஆனால் பாசமான அண்ணா. ”பார்த்ததும் இந்த பழம் புளிக்கும் என்ற எண்ணம் அனைவர் மனதிலுமிருக்கும். அது முற்றிலும் தவறு.' 'விஷம் என்று நினைப்பவர்கள் சில நேரங்களில் மருந்தாகவும் . மருந்து என நினைப்பவர்கள் விஷமாக இருப்பது தான் இந்த உலக நியதி “ நடந்து வரும் போது பின்னிருந்து ஒரு சத்தம்.

“குல்பி… ஐஸ்…” என மணி அடித்துக்கொண்டு வர.

உத்ரா குல்பி ஐஸ் விற்றுக்கொண்டிருப்பதை பார்த்து.. அதனின் சுவையை நினைத்து எச்சை விழுங்கினாள். ''ச்சே காசு எடுத்துவர மறந்துட்டேமே.. ஐஸ் வேற சாப்பிடனும் போலயிருக்கு'' ‘என மனதில் புலம்பிக்கொண்டு வந்தாள் உத்ரா.

அதை கண்டு கொண்ட அந்த அண்ணா இரண்டு பெரிய ஐசை வாங்கிக்கொண்டு அவளுக்கு

ஒன்று கொடுத்துவிட்டு தானும் சாப்பிட்டு கொண்டே கூட்டிவந்து.

வாசலில் இருக்கும் தண்ணீரை எடுத்து கை கழுவியவர்.. உத்ராவுக்கு கழுவ தண்ணீர் ஊற்ற.

"அண்ணா நான், முன்னவே கையை டிரஸ்சில் துடைச்சிட்டேன் "என ஈஈ என தன் வரிசையான பற்களை காட்டி சொல்ல. அவளை முறைத்தவர்.

"கைய காட்டு. இவ்வளவு பெரிய பொண்ணு கொஞ்சம் கூட சுத்தமில்லை""என உத்ராவின் கையை பிடித்து அந்த அண்ணா கைகளை கழுவிவிட...அவருடையதோ விவசாயம் பார்த்த கை.. கரடுமுரடாக பலம் கொண்ட கைக்கொண்டு அழுத்து கழுவிவிட.. உத்ராக்கு சிறு வலியிருந்தது.. இருந்தும் உத்ரா அந்த பாசத்தை ரசித்தாள். இந்த கிராமத்து முரட்டு பாசத்தில் வியந்துதான் போனாள் பெண்ணவள்.

இனியாவிடம் உத்ராவை விட்டுட்டு. தனது போன் நெம்பரை கொடுத்து ""பாப்பா உன் கல்யாணத்துக்கு. இந்த அண்ணாவை மறக்காம கூப்பிடனும், நானும் கூப்பிடுவேன் நீ வரனும் " என அவரது மிரட்டும் குரலில் சொல்ல. இந்த முறை அவரது குரலை கேட்டு பயம் வருவதற்க்கு பதிலாக பாசம் தான் வந்தது.

“கண்டிப்பா அண்ணா நீங்கயில்லாம எனக்கு கல்யாணமே நடக்காது" என உத்ரா அத்த அண்ணாவின் பெயரை “terror piece uh “ என சேமித்துக்கொண்டாள் தனது கைபேசியில் . அவர் அங்கிருந்து சென்றதும்.

‘'அப்படி ஒன்னு என் வாழ்க்கையில் நடக்காது அண்ணா’ 'என மனதில் நினைத்துக்கொண்டவள். மாப்பிள்ளை அழைப்பு என்றதும் கிராமத்தில் வித்தியாசமாக செய்வார்கள் என நினைத்து ஆவலாக பார்த்துக்கொண்டு மண்டபத்தின் வாசலில் நின்றிருக்க.

உத்ராவின் வண்ணக்கனவுகளை பொசுக்கும் வண்ணமாகயிருந்தது அந்த மாப்பிள்ளை அழைப்பு.

உத்ரா நினைத்தது என்னவென்றாள். ஒரு பெரிய கூட்டத்தின் நடுவே மாப்பிள்ளையை ராஜா போல அழைத்துவந்து விதவிதமாக ஆரத்தி எடுப்பார்கள் என ஆனால் இங்கு நடந்தது வேறு இனியாவை சுற்றி நான்கு நண்பர்கள் அழைத்து வந்து கொண்டுவந்தார்கள். மண்டபத்தின்

வாசலில் வந்து நிற்க. ஆரத்தி எடுக்க கூட ஆளில்லை.

“நான் கூட எப்படி எப்படியோ இமேஜின் செய்து எல்லாம் புஸ்வானம் போல ஆகிவிட்டது” என உத்ரா இனியாவை வெளிப்படையாகவே கலாய்க்க. அவனது நண்பர்களும் உத்ராவிடம் சேர்ந்து இனியாவை கலாய்க்க.. பின்னிருந்து ஒரு குரல் “பெண்ணு வந்திட்டிருக்கு “என சொன்னதும் உத்ரா நினைத்தது ஒன்றே ஒன்று தான் ‘மாப்பிள்ளை அழைப்பே அமோகம் பெண் அழைப்பு மட்டும் எப்படியிருக்குமாம்’ 'ஆனால் நடந்தது வேறு.

பெண் ஒரு கிலோமீட்டர் அப்பால் வரும் போதே.. வான வேடிக்கை பட்டையை கிளப்பிக்கொண்டிருந்தது. இனியா வெளிப்படையாகவே..”அடப்பாவிகளா.. எனக்கு ஒத்த ஆரத்தி எடுக்க இங்க நாதியில்ல. அவளுக்குமட்டும் .. என்னடா ஹிரோயின் என்ரி கொடுக்கரிங்க” .

“ஆமா மச்சான்.. மாப்பிள்ளைக்கு இங்க மவுசேயில்லை “என அவனது நண்பர்களும் ஆமோதித்தனர்.

ஊரில் உள்ள அனைத்து பெண்களும் அம்முவை சுற்றித்தான் வந்துக்கொண்டிருந்தனர் . ஒரு பெரிய ஊர்வலம் போல வந்துக்கொண்டிருக்க.

வானத்தில் இருளில் வண்ண வண்ண பூக்களை போல சிதறிக்கொண்டிருந்தது வானவேடிக்கைகள்.

ஏற்கனவே தேவதையாக ஜொலித்துக்கொண்டிருப்பவளை . அந்த வெளிச்சத்தின் பிடியில் கோவில் சிற்பத்துக்கு அலங்காரம் செய்தது போல ஜொலித்தாள். அவள் அணிந்திருந்த ஆபரணங்களிலிருந்த கற்கள் மின்னியது. தேவதையாக நடந்து வரும் அத்தை மகளை இனியா கண்கள் எனும் கேமராக்கொண்டு புகைப்படம் எடுத்துக்கொண்டிருந்தான். அழியாத புகைப்படத்தை தனது நெஞ்சம் எனும் சேமிப்புகிடங்கில் பதுக்கிவைத்தவன். நாளை நடக்கவிருக்கும் திருமணத்தை எண்ணி கனவுகளில் மிதக்க துவங்கினான்.

இங்கு நடக்கும் அனைத்தையும் ஆ..வென பார்த்துக்கொண்டிருந்தாள் உத்ரா.

பெண்ணுக்கு ஆரத்தி எடுக்க வரிசையாக வீட்டுக்கு ஒருவர் நின்றிருந்தார்கள்.

அவை அனைத்தும் முடிந்துவிட. கடைசியாக அந்த ஊரின் மூத்த பெண்மணிகள் அம்முவிற்க்கு சுற்றிப்போட்டார்கள்.

"ஊருக்கண்ணில் தொடங்கி…,மிருகங்கள், பறவைகள்.. பூச்சாண்டி, பேய் பிசாசு… கடைசியாக மாப்பிள்ளை பட்ட கண்ணு.. எல்லாம் போக "என முடித்து அந்த திருமணம் விழாவை இன்னும் மகிழ்ச்சியாக துவங்கி வைத்தார்கள் அந்த கின்டலுக்கு பேர் போன.. கிராமத்து கிழவிகள்.

"அடக்கிழவிங்களா.. உங்களுக்கு கலாய்க்க நான் தான் கிடைச்சனா ?"என மனதில் அர்ச்சித்தவன்.. அம்முவை மீண்டும் ரசிக்க துவங்கியிருந்தான்.

அனைவரையும் சாப்பிட அழைத்து செல்ல.

இங்கு சிட்டி போல எல்லாமில்லை..மணமக்கள் தனித்தனியாகத்தான் அமரவேண்டும்

திருமணத்திற்கு பின் தான் சாப்பிட ஒன்றாக அமரவைப்பார்கள்.

மணமக்களை அமரவைக்கவில்லை. எதிர் எதிரே அமரவைத்து கிண்டலும் கேலியுமாக அந்த நாள் முடிந்திருந்தது.

அடுத்தநாள் அனைவரும் நேரத்தில் எழுந்து தயாராகிக்கொண்டிருக்க. உத்ராவுக்கு எங்கு பார்த்தாலும் அவளவனின் முகம் என ஒருவித இம்சையாக முடிந்திருந்தது.

திருமணம் முடிந்து உத்ரா சொன்னது போல மூன்றாம் முடிச்சி அவள் தான் போட்டிருந்தாள்.

திருமணத்தில் செட் டிரஸ் போட்டு சுற்றிக்கண்டிருந்தார்கள் இனியாவின் நண்பர்கள்.

அவர்கள் முகத்தில் தெரிந்தது என்னவோ அவளின் காதலன் முகம்.

கலர்கலர் சட்டைகளில் வேறு வேறு உருவத்தில் செய்த இம்சையால் இன்னும் நிறைய சடங்குகள் இருக்கு என தெரிய வர .. மஞ்சத்தன்னி விளையாட்டு, அப்பளம் உடைப்பது , மோதிரம் பிடிப்பது,... இனி இங்கிருக்க வேண்டாம். அவசர வேலை என சொல்லி இருவருக்கும் வாழ்த்து சொல்லி கிளம்பி விட்டாள் .

உத்ரா சீக்கிரமே போவது இருவருக்கும் ஏதோ போலிருந்தாலும் அவள் போக்கில் விட்டுவிட்டார்கள்.

அவன் நெருங்கிய நண்பனை அழைத்த இனியா வண்டியில் பஸ் ஏற்றிவிட்டு வர சொல்ல . அவனும் உத்ராவை அழைத்துக்கொண்டு போனான்.

அந்த வண்டி ஓட்டும் பச்சை சட்டையின் முகம் உத்ராவின் காதலன் உருவம் கொடுத்தது . முதலில் மிரண்டவள்.. 'எல்லாம் கற்பனை 'என தன் மனதை தேற்றிக்கொண்டாள். என்னதான் தேற்றிக்கொண்டாலும் அவளால் முழுமையாக வெளிவர முடியவில்லை

வண்டி.ஒட்டிக்கொண்டிருக்கும் இனியாவின் நண்பன் அமைதியாக தான் வந்துக்கொண்டிருந்தான். மற்றவர்களிடம் கலகலப்பாக பேசும் இந்த பெண்.என்ன.இவ்வளவு அமைதியாக வருகிறாள் என அவனுக்கும் தோன்றத்தான் செய்தது.

சுற்றியிருக்கும் ஓடைகள், பசுமை பயிர்கள், கரும்பு காடு, குட்டை முள் காடு, தென்னந்தோப்பு என அனைத்தையும் ரசித்துக்கொண்டு வந்தவளுக்கு. பழைய நினைவுகளுக்குள் பயணம் செய்ய துவங்கினாள்.

சொந்த ஊரில் சுற்றினால் மாட்டிக்கொள்வோம் என அடுத்த ஊருக்கு சென்று சுத்திய நியாபகங்கள் இன்றும் அழியாத பெக்கிஷமாக உத்ராவின் நினைவுகளில் வலம் வந்தன .

முதல் அவுட்டிங்.. பக்கத்திலிருக்கும் சிட்டிக்கு சென்றார்கள் .

அவளுக்கு அவன் செலவு செய்தது கணக்கு கூட செய்யயியலாது. சாதாரண குடும்பத்தில் வந்தவளுக்கு இது எல்லாம் ஒரு புது உலகத்தை காட்டியது. அவன் பணத்தில் ஆடம்பர செலவு எதும் அவள் செய்யவில்லை. அவன் செலவு செய்ததற்க்கு காரணமுமிருந்தது. கனவில் ஒரு

நாள்.. பார்வையில்லாதவளாக அவனின் தோளில் சாய்ந்திருப்பது போல ஒரு கனவு வந்தது. அது வந்து இரண்டு வருடம் ஆகியிருந்தாலும் அவ்வளவு நிஜமாகயிருந்தது அந்த கனவு. அதனை ஒதுக்கி தள்ளிவிட்டிருந்தவளுக்கு . இடியாக வந்தது அவனின் கனவு.

இரண்டு வருடத்திற்கு முன் வந்த அந்த கனவு அவனுக்கும் வந்திருப்பதாக சொல்ல. பயம் அதிகரித்தது. நிறைய பிடித்த விசயங்கள் செய்ய துவங்கினாள்.

கலர்கலராக ஆடை வாங்கி அடுக்கி கொண்டிருந்தாள் அவனது காசில். விதவிதமாக தினமும் ஒரு கலரில் ஆடைகளில் வலம் வந்துக் கொண்டிருந்தாள். அவளது எண்ணம்; பார்வை போய்விட்டாள்... போவதற்குள் பார்க்க வேண்டியதை பார்த்துவிட வேண்டும் என எண்ணிணாள். அந்த கனவு மேல் நம்பிக்கை இல்லை என்றாலும், நடந்த பிறகு பார்க்க வேண்டியதை பார்க்கவில்லை என வருந்தக்கூடாது என தன் மனதில் ஒரு நிழல் குரல் சொல்ல. பார்வை போவதற்கு பயம் கொள்ளவில்லை. ஆனால் அதற்கும் சில நினைவுகளை சேகரிக்க துவங்கினாள் அங்கு தெடங்கியது இவர்களின் பிரிவின் ஆரம்பம்.

போனில் பேசிக்கொண்டிருந்தவர்கள்.. விடியோ காலில் பேச ஆரம்பித்தாள். அவனை முடிந்த அளவுக்கு கண்களில் நிறப்பிக்கொள்ள பார்த்தாள். நினைவுகளின் சில துனுக்குகளை யோசித்தவள் பஸ் ஸ்டாப்புக்கு வர.

இனியாவின் நண்பணிடம் ஒரு நன்றி சொல்லிவிட்டு போருந்தில் ஏறி அவள் ஊருக்கு சென்றாள் மனதும் உடலும் அலுத்திருந்தது.

இங்கு திருமணம் சடங்குகள் அனைத்தும் முடித்து நேராக இருவரும் தேனிலவு கொண்டாட செல்ல.

ஒரு மாதம் யாருடைய தொடர்பில்லாமல் காதல் பறவைகள் தெளிவான வானத்தில் பறந்துக்கொண்டிருந்தார்கள்.

உத்ராவுக்கு வழக்கம் போல தான் நாட்கள் நகர.

ஒரு மாதம் முடிந்து இனியா அம்மு அவரவர் வேலைக்கு செல்ல துவங்கிய நாட்களில்.

இனியாவுக்கு ஒரு போன் வந்தது .. .. மனம் பதைபதைக்க அம்முவுக்கு விஷயம் சொல்லிவிட்டு. அந்த கால் வந்திருந்த வீட்டை நோக்கி சென்றான் இனியா....

அத்தியாயம்-10

டீ குடித்த இன்ஸ்பெக்டர் கணேசனுக்கு பொறை ஏரியது ஏனெனில் அவன் இந்த அளவுக்கு ஒரு கொடூரமான ஒரு கொலையை பார்த்தது கிடையாது.....

"இல்ல ஸார் இந்தளவுக்கு ஒரு கொடூரமான ஒரு கொலையை நான் பார்த்தது இல்லை..."

"சரிங்க ஸார் நான் கிளம்புறன்.. எனக் கணேசன் அங்கிருந்து கிளம்ப ஆரம்பித்தான்...."

"யார் இந்த கொலையை பன்னிருப்பாங்க" என்ற ஆழ்ந்த சிந்தனைக்கு போனார் இன்ஸ்பெக்டர் சக்திவேல்....

"சரி கொலையை பன்னிட்டு ஏன் பீச்சில எடுத்துட்டு வந்து போடனும் அதுவும் ஏன் கிப்ட் பேக்ல வச்சிட்டு போகனும்...."

இப்படி எண்ணற்ற கேள்விகள் அவனுள் ஓடிக்கொண்டிருந்தன ...

உடனே அந்த கிப்ட பற்றி அவன் யோசித்ததும்…

மெரினா பிச்சில் அந்தப் பெரியவர் பற்றி இவருக்கு ஞாபகம் வந்தது அது என்னவென்றால்…

அந்தப் பெரியவரும் வந்தார்….

"ஐயா வணக்கம்" என்றார் சக்திவேல்

"வணக்கம் ஐயா என்றார் அந்தப் பெரியவர்"

"ஐயா நீங்க என்னப் பார்த்தீங்க…." எனக் கேட்டார் சக்திவேல்

"ஐயா நான் அங்க உட்கார்ந்து பிச்சை எடுத்துட்டு இருந்தேன் காலையில ஒரு ஏழு மணி வாக்கல

ஒருத்தன் கிப்ட் பாக்ஸ்ஸை எடுத்துட்டு வந்து அதோ அந்த இடத்துல வச்சுட்டு போயிட்டான் ஐயா….."

"சரி அவன் முகத்தை பார்த்தீங்களா…"

"இல்லைங்க ஐயா…"

"சரி அவன் என்னக் கலர் துணி போட்டுட்டு…"

"அது ஒரு விதமான சாம்பல் நிறத்துல இருந்துச்சுயா…"

"தலையில என்னமோ முக்காடு மாதிரியும்"

"மூஞ்சுக்கு கற்சிப்பையும் கட்டி இருந்தான்…"

"நல்லா தெரியுமா அது பையன் தானா " என்று சக்திவேல் கேட்டார்….

"ஏங்க ஸார் அந்த மாதிரி ஒரு டவுட் வந்துருச்சு" என்று இன்ஸ்பெக்டர் கணேசன் சக்திவேலைப் பார்த்து கேட்டார்….

"இல்ல ஸார் எல்லாம் ஒரு டவுட் தான் ஸார்…" என்றார் இன்ஸ்பெக்டர் சக்திவேல்

"ம்ம் சரி சொல்லுங்க பெரியவரே…."

'

"சரியா தெரியலை ஸார் தூரத்துல இருந்து பாக்க ஒரு பையன் மாதிரி தான் ஸார் இருந்துச்சு….."

"சரி போங்க ஐயா…"

"ரொம்ப நன்றி ஐயா…."

"சரிங்க ஸார் ன்னு அந்தப் பெரியவர் அங்கிருந்து அவர் புறப்பட்டு சென்றார்…."

"ஸார் ஸார் "

"அப்போது தான் அவர் சுயநினைவுக்கு வந்தார்…"

"ஸார் பில்…"

"ம்ம்…"

அன்று வலசரவாக்கம் காவல் நிலையத்தில்

மதியம் ஒரு இரண்டு மணி வாக்கில்…..

கணேசன் ஸ்டேஷனுக்குள் நுழைய அங்கே மைனா அமர்ந்திருந்தாள்…

அவளை பார்த்தவுடன் கணேசன் கேட்டான்.

"ஏன் மைனா இன்னும் உங்க அக்கா வீடு வந்து சேரலையா" என்று…

அவளும் "இல்ல ஸார்" ன்னு சொன்னா….

"சரி மஞ்சுநாதன் எங்க ம்மா…"

"மாமா உள்ள தான் ஸார் இருக்காரு…"

"சரி உள்ள வா போகலாம்…."

"ஸார் வணக்கம் ஸார்" என்றான் மஞ்சுநாதன்

"ம்ம் உட்காருயா…".

"ஸார் என் வைப்ப காணம் ஸார்…"

"உனக்கும் அவளுக்கும் எதுனா சண்டையா…."

"இல்ல ஸார் எனக்கும் அவளுக்கும் எந்த சண்டை சச்சரவு எதுவும் இல்லை ஸார்…"

"இதுக்கு மேல சண்டை போட்டு எங்க ஸார் போகப் போறா.."

"அவளுக்கு இருந்த ஒரே தங்கச்சி இதோ இங்க எங்கக்கூட தான் இருக்கா…"

"அவளோட அப்பா அம்மாவும் பஸ் ஆகிஸிடன்ட்ல செத்துட்டாங்க…"

"எனக்கு அவ அவளுக்கு நான் எங்க ரெண்டுப் பேருக்கும் ஒரு குழந்தை அதைப் பார்த்துக்க சித்தியா மைனா இருக்கா…."

"யோவ் மஞ்சுநாதா உண்மையை சொல்லுயா…."

“சத்தியமா சொல்லுறன் ஸார் எந்தவொரு சண்டையும் இல்லை ஸார்…"

"யோவ் உண்மையை சொல்லு 45 வயசானவல வச்சின்னு என்னப் பன்றதுன்னு நினைச்சுகுட்டு 35 வயசுல இருக்குற அவ தங்கச்சி மைனாவ மூனான் தாரமா செட் பன்னிக்காலன்னு எதுனா ஐடியா வச்சிருக்கியா….”

"ஐயோ! அப்படி எல்லாம் இல்ல ஸார்….”

"சரி அவ போட்டோ குடுத்துட்டு போ பார்த்துக்கலாம்……"

"சரிங்க ஸார்" ன்னு அங்கிருந்து கிளம்பி சென்றனர் மஞ்சுநாதனும் மைனாவும்…..

"ஸார் எனக்கு என்னமோ இவன் மேல ரொம்ப சந்தேகமா இருக்கு ஏன்னா அந்தப் பொண்ண அடிச்சு கொலை பண்ணிட்டு இங்க வந்து நாடகமாடறோனோ ஒரு டவுட் இருக்கு ஸார்…"

"அப்போ தான் கணேசனுக்கு ஸ்டரைக் ஆச்சு அந்த பீச்சில அடையாளம் தெரியாத தலை ஒண்ணு கிடைத்தது…."

உடனே இவர் இன்ஸ்பெக்டர் சக்திவேலுக்கு ஒரு பேக்ஸ்ஸை (fax) அனுப்புகிறார்.

அதில் மஞ்சநாதனின் மனைவியின் புகைப்படம் தான் அனைத்து காவல் நிலையத்திற்கும் பகிரப்பட்டது..

கோயம்பேடு காவல் நிலையத்தில் பைக் திருட்டு கேஸில் மூன்று பேர் சிக்கினர்…

அப்போது அங்கு வந்த பேக்ஸ்ஸை அங்கிருந்த ஏட்டு எடுத்து நோட்டீஸ் போர்ட்டில் ஒட்டினார்.

அதில் மஞ்சுநாதனின் மனைவியை பற்றி குறிப்பு இருந்தது..

அதைப் பார்த்த மூவரும்…

"டேய் இது அந்த மாமி இல்ல" என்று ஒருவன் கூற…

"டேய் சும்மா இருடா…"

"இருக்குற பிரச்சினை பத்தாதுன்னு இப்போ இது வேற யா…."

"கொஞ்ச நேரம் அமைதியா இருடா எனக் கூற…."

இதையெல்லாம் அங்கிருந்த ஒரு ஏட்டு கேட்க…..

இவர்கள் மூவரையும் வலசரவாக்கம் காவல்நிலையத்திற்கு மாற்றம் செய்தனர்….

ஒரு பக்கம் ஒருவன் ரெயின் கோட் போட்ட ஒருவன் செப் செப் என்று ஒரு பெண்ணின் உடலை சிறு சிறு துண்டுகளாக வெட்டிக் கொண்டிருந்தான்…..

இம்மூவரும் வலசரவாக்கம்
காவல்நிலையத்திற்க்கு வந்து சேர்ந்தனர்…..

இவர்களை கணேசன் விசாரித்தார்….

அதற்கு அவர்கள் அந்தப் பெண்ணை தாங்கள்
அடையாளம்பட்டு பஸ் ஸாடப்பில்
பார்த்தாகவும் மழை வந்ததால் தாங்கள்
அங்கிருந்து கிளம்பி விட்டதாகவும் கூறினர்…

மைலாப்பூர் காவல் நிலையத்தில்
இன்ஸ்பெக்டர் சக்திவேல் அந்த துண்டிக்கப்பட்ட
தலையை ஒரு ஸ்கேட்ச் ஆர்டிஸ்டை வைத்து
வரைய வைத்தார் அது ஒரு பக்கமாக போய்
கொண்டு இருக்க…

இங்கே இன்னும் அந்தப் பெண்ணின் உடல் சிறு
சிறு துண்டுகளாக நறுக்கி கொண்டே
இருக்கிறான்…" செப் செப்" என்று ரத்தம் அந்தப்
டேபிள் முழுவதும் பரவி வருகிறது…

அதில் இரண்டு ஈ களும் ரத்தத்திற்க்கு ஆசைப்பட்டு பலியாகி உள்ளது

குடலும் எழும்புகளும் சரிந்து விழுந்த இடத்தில்….

இன்னொரு பக்கம் அந்த மூவரையும் லாக்கப்பில் தூக்கி போட்டு மிதி மிதி என்று மிதித்து கொண்டு இருக்கிறார் இன்ஸ்பெக்டர் கணேசன்….

"டேய் சொல்லுங்கடா அந்தப் பொம்பளையா கடத்தி என்னடா பன்னீங்க…"

"ஐயா எங்க ஆத்தா சத்தியமா நாங்க ஒன்னும் பன்னலங்க ஐயா " என்று மூவரும் அழுக….

"உங்களை இப்படி கேட்டா சரிப்பட்டு வராது…"

"யோவ் ஏட்டு அந்த எண்ணெய் ஐஸ் கட்டி மூனு கயிறு எடுத்துட்டு வாயா…."

"அப்புறம் அந்த சாக்பையும் அந்தப் பாட்டிலும் எடுத்துட்டு வாயா….."

"சரிங்க ஸார்…"

"இந்தாப் பாருங்கடா நீங்க உண்மையை சொல்லிட்டிங்கனா உங்கப் மூனு பேரையும் நான் எதுவும் பன்ன மாட்டேன். அப்படி இல்லனா அதுக்கு மேல உங்கப்பாடு ஆச்சு…"

"ஐயா சத்தியமா சொல்லுறன் ஸார் நாங்க எதுவும் பன்னல ஸார்…"

கடுப்பான இன்ஸ்பெக்டர் கணேசன்…

"**தா நாங்க என்ன இங்க புடிங்கிட்டு இருக்கோமா உண்மையை சொல்லுங்கடா என்ன நாடகம் ஆடுறிங்களா…

யோவ் ஏட்டு அதை கொண்டு வாயா சீக்கிரம் இவங்கள இப்படியே விட்டா வேளைக்கு ஆகாது…"

"ஸார் ஸார் வேணா ஸார்….''

மைலாப்பூர் காவல் நிலையத்தில்…

சக்திவேல் சாப்பிட உட்கார…

ஸ்கேட்ச் ஆர்டிஸ்ட்…

"மே ஐ கெட் இன் ஸார்…"

"ம் வாப்பா என்னப்பா வரஞ்சிட்டயா."

"அல்மோஸ்ட் ஓவர் ஸார்…"

அப்போ "டிங்க்" என்று ஒரு சத்தம்….

கரண்ட் வந்த சத்தம் அது…

அது கூடவே அந்தப் பேக்ஸும் வந்தது….

அந்தப் பேக்ஸை இன்ஸ்பெக்டர் சக்திவேல் எடுத்து பார்த்தார்.

ஒரு நொடியில் ஆச்சரியமும் அதிசயமும் கலந்த பார்வை அந்த இரு படத்தை பார்த்து….

உடனே வலசரவாக்கம் காவல் நிலையத்தை தொடர்பு கொண்டார் சக்திவேல்…..

வலசரவாக்கம் காவல்நிலையத்தில்…

அந்த மூவரையும் உடலில் ஒட்டு துணி கூட இல்லாமல் தலைகீழாக தொங்க விட்டு தலை ஐஸ் கட்டிகளில் படற விட அதற்கு முன் தலை முழுவதும் எண்ணெய் தேய்த்து விட்டனர் அவர்கள் உடல் முழுவதும் சக்கரை பாவ் பூசப்பட்டது…

இப்படி செய்யும்போது ஐஸ் தலையில் ஓடும் ரத்தத்தை உறைய செய்யும் அதை எண்ணெய் தடுக்கும்…

உடலில் பூசப்பட்ட சக்கரைப் பாவு எறும்புகளை ஈர்க்கும் இது இரண்டும் அவர்களை நரக வேதனை தரும்…..

வெளியே அமர்ந்து கொண்டிருந்த கணேசனுக்கு போன் வர…

அங்கே மூவரும் அலறிக் கொண்டு இருந்தனர் …

போனை அட்டன் செய்து "ஹாலோ" என்று கணேசன் கூற

"ஸார் நான் சக்திவேல் பேசுறேன்…"

"ம்ம்ம் சொல்லுங்க ஸார்…"

"அந்த பீச்சில் கிடைத்த தல யாருதுன்னு கண்டுபிடிச்சிட்டன் ஸார்…"

"ம்ம் வெரி குட் ஸார்."

"யார் ஸார் அது…"

"பொண்ணா பையனா ஸார் அது."

"அது பொண்ணு தான் ஸார்….'"

"அதுவும் நீங்க காணோம்ன்னு பேக்ஸ்ல அனுப்புச்ச பொண்ணு தான் ஸார்…"

"ஓ மை காட், டேமிட் ச்சே…"

என்று இன்ஸ்பெக்டர் கணேசன் சொன்னான்..

சைதாப்பேட்டையில் உள்ள குப்பத்தில் ஒரு குடிசை வீட்டில் வசித்து வருபவள் மேரி ..

இரு ஆண் குழந்தைகளுக்கு அம்மா கணவன் இல்லை வயது 28…

இந்த மூவருடன் அவர்களுடைய செல்ல பிராணி நாய் டாமி..

டாமியை பத்தி சொல்லவே வேணா சரியான குறும்புக்கார பையன்…

இப்போக்கூட கண்ணாமா அக்காவும் மேரியும் சண்டை போடறது காரனமே இந்த டாமி பையன்தா….

சண்டையை முடித்துவிட்டு வீட்டில்…

அவளின் பிள்ளைகளை டேய் பெரியவனே "இத ஈத்துனு போய் எங்கயாவது உட்டுட்டு வாடா…"

"அம்மா டாமி நம்ம கூடே இருக்கட்டும் ம்மா…"

"வேண்னான்டா சாமி இந்த சனியன்னால வரவ போரவ எல்லாம் கண்டப்படி பேசிட்டு போறா இதெல்லாம் நமக்கு தேவையா…."

"சரிம்மா நாங்க கூட்டிட்டு போய் விட்டுறோம்ன்னு…"

அந்தப் பசங்க டாமியை கூட்டிட்டு வெளியே போனாங்க…..

போற வழியில ஒரு குப்பை மேடு இல்ல குப்பை மேடுன்னு சொல்ல முடியாது ஒரு குப்பை காடு அல்லது குப்பை மலைன்னே சொல்லாம் ஏன்னா அவளோ குப்பைங்க…

அங்கே அந்த இரு சிறுவர்களின் நண்பர்கள் விளையாடிக் கொண்டு இருக்க…

இந்த இருவரையும் அவர்கள் அழைத்தனர்..

இவர்கள் இருவரும் டாமியை அங்கேயே விட்டு விட்டு அவர்களுடன் விளையாடச் சென்று விட்டனர்…

அந்த டாமி எதையோ மோப்பம் பிடித்தது பிறகு அது எதையோ எடுத்து கொண்டு வேகமாக ஓடியது…

மேரி தனது வீட்டு வேளைகலை யெல்லாம் முடித்துவிட்டு தட்டில் சோறு போட்டு விட்டு கை கால் கலுவ குடிசைக்கு பின்னே செல்ல.

அந்த சமயத்தில் டாமி குடிசையின் உள்ளே சென்றது. பின் அதை மேரியின் தட்டில் போட்டது..

மேரி கை கால் கழுவி விட்டு வீட்டுக்குள் நுழைந்தாள்…

ஒரு சில வினாடிகளில் "ஹா" என்ற சத்தம்…..

▪▪▪

அத்தியாயம்-11

இனியா பதறி அடித்துக்கொண்டு வழி முழுவதும் பயத்தோடு காரை ஓட்டிக்கொண்டு வந்தான் . இடையில் அம்முவுக்கு உத்ராவின் வீட்டு விலாசம் அனுப்பிவிட்டு வந்துக்கொண்டிருந்தான்.

அரைமணி நேரம் பிடித்தது உத்ரா விட்டுக்கு வந்து சேர.

உத்ராவும் அவள் வீட்டின் வேலை செய்யும் அக்காவும் மார்க்கொட்டுக்கு செல்ல.. வழியில் நிறைய வண்டியின் நம்பர்கள் ஒரே போலயிருக்க (777,888,9999) இது போல தொடர்ச்சியாக பார்த்துவிட்டு குதுகலமாக அந்த அக்காவிடம் சிறுபிள்ளை போல சொல்லிக்கொண்டு வர. இது போல ரசித்தும், உற்சாகத்தோடும் வந்தவள் பாதி வழியில் “அக்கா இங்கு இருந்து போயிடலாம்.. எனக்கு ஏதோ பண்ணுது “என ரோட்டில் கிட்டத்தட்ட சுயநினைவில்லாத பைத்தியம் போல கதறினாள்.

பார்த்துக்கொண்டிருந்த அனைவருக்கும் பரிதாபமாகயிருந்தது உத்ராவின் செயல். அந்த வேலைக்கார அக்காத்தான் அதிகம் பயந்து விட்டார்.

எப்படியோ சமாளித்து வீட்டுக்கு கூட்டி வந்தாள் . உத்ரா அமைதியாக அமர்ந்திருந்தாள்.. வேகமாக சமையல் கட்டிற்கு போனவள் கத்தியை எடுத்து தன் வயிற்றில் ஓங்கி குத்திக் கொள்ள வரும் போது.. அதை பார்த்த சமைக்கும் அக்கா தடுத்து… ஒரு தள்ளு முள்ளே ஏற்பட்டது இருவருக்குமிடையில். கடைசியாக உத்ரா இது நடக்கவில்லையே என மன உளைச்சலில் மயங்கி சரிந்தாள்.

இனியும் பெருத்தாள் சரி ஆகாது என எண்ணிய அந்த அக்கா என்ன செய்யலாம் என்று யோசிக்கும் போது, ஒரு நாள் பிரேஸ்லேட் வாங்க போகும் போது டாக்டர் பற்றி சொன்னது நியாபகம் வர. உடனே அந்த டாக்டரின் நம்பர் தேடிப்பிடித்து டயல் செய்து விஷயத்தை சொல்ல இனியா வீட்டுக்கு வந்து உத்ராவை பார்த்தான் .

உள்ளே சென்று பார்க்க ; யாரோ போல காட்சி அளிக்க அவன் கண்கலதிர்ந்தன . இனியும் அவளாக வந்து சொல்லுவாள் என்று நினைத்தால் முட்டாள் தனம் என நினைத்துகொண்டிருக்கும்போதே அவளுக்கு மயக்கம் தெளியவும் அம்மு வரவும் சரியாகயிருந்தது.

உத்ராவுக்கு ஒரே உற்சாகம்... யாருமில்லா தனிமையில் வாடியவளுக்கு, இருவரும் தெய்வமாக தெரிய...

துள்ளி குதித்து எழ நினைத்தவளுக்கு உடல் ஒத்துக்கொள்ளவில்லை.

எழுந்து அமர்ந்தவளை இனியா கலவரம் கலந்த முகத்தில் பார்க்க.. அம்மு தடாலடியாக அடிக்க துவங்கினாள்.

"கொஞ்சம் கூட அறிவில்ல.. இப்படிதான் எங்களை பதற வைப்பியா ? உனக்கு அப்படி என்ன பிரச்சனை சாகுற அளவுக்கு.... ஊர்ல நீ

நல்லா இருப்பனு உன்ன நம்பி நிம்மதியா இருக்கும் அம்மா,அப்பாவை கூட நினைத்து பார்க்கலையா "

உத்ரா உண்மையில் வருந்தினாள், தான் செய்த முட்டாள் தனத்தை எண்ணி, இனியும் இதனை சரி செய்யவில்லை என்றால் சரி வராது என முடிவெடுத்தாள் .

மூன்று பேரிடமிருந்து மயான அமைதி. உத்ரா தானாக முன் வந்து. "இனியா எப்ப டிரிட்மென்ட் ஸ்டார்ட் பண்ணலாம்"

"அது பாத்துக்கலாம்.. முதல்ல உடல் நிலை சரியாகட்டும். இந்த வீடு யாருது" என சுற்றி நோட்டமிட்டவன்.

"பிரண்ட் வீடு, பேய்ங் கெஸ்ட்டாயிருக்கேன் "என்றவளை பார்த்த இனியா.

"இங்க காலி செஞ்சிட்டு எங்க வீட்டுக்கு வந்திடு "இனியா சொன்னதை கேட்ட உத்ரா தயங்கி நின்றாள், காரணம் இப்ப தான் திருமணம் ஆகி

ஒரு மாதம் ஆனவர்களுக்கு தான் இடைஞ்சல் என எண்ணியவளின் முகத்தை பார்த்த அம்மு, “இவட்ட என்ன கேட்டுட்டிருக்கீங்க தூக்கி வண்டில போட்டுட்டு போலாம் “என அம்மு கிட்டதட்ட உத்ராவை இழுத்துக்கொண்டு போக.

இனியா அந்த அக்காவிடம் “அவளோட திங்க்ஸ் எடுத்து வைங்க, நான் நாளைக்கு வந்து எடுத்துக்கறேன் “ என்றவன் வண்டியை பீச் பக்கம் திருப்பினான்.

உத்ரா கண்டு கொண்டாள்.. இனியா பீச்க்கு அழைத்து செல்கிறான் என்று.

உத்ரா இனியாவை பார்த்து “ அங்க வேண்டாம் “ என்றவளின் முகத்தில் சிறு பயம் எட்டிப்பார்த்தது.

“இப்ப போக வேண்டாம். சரி ஆனா ட்ரீட்மென்ட் ஸ்டார்ட் பண்ணதும் இப்படி எதும் சொல்லி தட்டிக்கழிக்க கூடாது “என இனியா சொல்லி உணவு பார்சல் வாங்கிக்கொண்டு வீட்டுக்கு மூவரும் வந்து சேர்ந்தார்கள்.

இரண்டு நாள் இப்படியே போய்கொண்டிருந்தது இருவரும் அருகில் இருக்கும் போது உற்சாகமாக இருக்கும் உத்ராவால் தனிமையில் நினைவு எனும் ஆபத்து கடலில் மூழ்கி தத்தளித்தது கொண்டிருக்கிறாள்.

இரண்டு தினம் கழித்து…

ட்ரீட்மென்ட் ஆரம்பித்தான் இனியா அவளை பாதி தூக்கத்துக்கு கொண்டு சென்றவன். சில உபகரணங்களை அவளது தலையில் பொருத்தினான்.

“உத்ரா உன்னை எப்படி கூப்பிட்டா பிடிக்கும்?”

“பேபி… டால்.. ஏஞ்சல் னு கூப்பிட்டா ரொம்ப பிடிக்கும்”

“உன்னை நான் எப்படி கூப்பிடட்டும்?”

“உத்ரா.. னு கூப்பிடுங்க “

“உனக்கு பிடித்தது போல ஏஞ்சல்னு கூப்பிடட்டா?”

“இப்ப.. அது பிடிக்காதே.. டெவில் கூப்பிடுங்க “என்றவளின் முகத்தில் ஒரு ஏழன புன்னகை வந்து போனது.

“சரி டெவில் உனக்கு என்ன பிரச்சனை?”

“லவ் பிரேக் அப்..” என்றாள் உத்ரா.

“எவ்வளவு வருட லவ்? “

“ஒரு வருடம் “

“ஒருவருசம் தானா?” இனியாவுக்கு ஆச்சரியமாக இருந்தது. ஒரு வருட காதலுக்காக இவ்வளவு மன அழுத்தமா என நினைத்தவன்.

" ஒரு வருசம் தானா?"

"சொல்லாம ஐஞ்சு வருசம் சொல்லி ஒரு வருசம்.."

"சரி.. எதுக்கு பிரேக் அப் ஆச்சி.. யார் விட்டு போனது ?" இனியா அவனது அடுத்த சந்தேகத்தை கேட்டான்.

"அவன் தான் போனான்.. ஆனா போனதுக்கு காரணம் நான் "என்றாள் உத்ரா கசந்த குரலில். அதை சொல்லும் போதே அவளது முகத்தில் பல உணர்ச்சிகள் வந்து போனதை மனதில் குறித்துக்கொண்டவன்… அவனது கோள்வியை வேறு திசைக்கு திருப்பினான்.

"உன் அப்பா, அம்மா பத்தி சொல்லு? "

அவ்வளவு தான் இந்த கேள்விக்கு பிறகு வேறு ஒரு உத்ராவை பார்த்தான் இனியா.

“அப்பா, அம்மா னா ரொம்ப இஷ்டம்.. ரொம்ப ஏழ்மையிலிருந்தாலும்.. பாசம் காட்டுவதில் கஞ்சம் காட்டியதில்லை. அந்த பாசத்தால் என்னை கட்டி போட்டிருந்தார்கள். அழகான குடும்பம். அதில் அடங்காத குட்டி ராட்சசி. வெளியே போக அப்பா பர்மிசன் கொடுக்கலனா.. அம்மா உதவியோடும் . அம்மா பர்மிசன் கொடுக்கலைனா அப்பா உதவியோடும் நான் பட்டாம் பூச்சிப்போல பறந்துக்கொண்டிருந்தேன் என் சிறகுகளை விரித்து “என சொல்லும் போது உத்ரா முகத்தில் கரன்ட் இல்லாமலேயே பல்ப் எரிந்துக்கொண்டிருந்தது.

இனியா அடுத்த கேள்வி கேட்க துவங்கினான்.

“நண்பர்கள் பற்றி…” உத்ரா முகம் அழுவதை போல ஆனது.

நீண்ட அமைதிக்கு பிறகு. இனியா புரிந்துக்கொண்டான். இங்கு தான் ஏதோ பிரச்சனை போல என்று.

“உன் ஸ்கூல் லைப் பத்தி சொல்லு?” என்றதும் உத்ரா தனது பழைய நினைவுகளுக்கு பயணம் செய்ய துவங்கினாள்.

“ஐந்தாம் வகுப்பு வரை தனியார் பள்ளியில் படித்துவந்தேன்.. அங்கும் அடங்காத வாலு தான்.. சிறுபிள்ளைகள் செய்வது போல அடிச்சி கடிச்சி வச்சிடுவேன்.. என் முதல் பெஸ்டி மூன்று மாத நட்பு தான். அந்த பள்ளியை விட்டு போகும் போது என் நினைவுகளுக்கு கிடைத்த நீங்காத என் பொக்கிஷம் அவள்.

என்னை கரம் கொண்டு அணைத்த முதல் தோழி. பெற்றோர் சிறு வயதில் கொடுத்த முத்தங்களை கொஞ்சம் வருடங்களில் மறந்த நிலையில், அவளது எச்சை தெரிக்கும் அளவுக்கு கன்னத்தில் கொடுத்த முத்தத்தின் ஈரத்தை இன்றும் என்னால் உணர முடிகிறது .

இருவருக்கும் எதாவது சண்டை வந்தால், நான் கோபித்து ஒரு மரத்தினடியில் தனியாக நின்றிருக்கும் போது. பின்னிருந்து என்னை அனைத்து முத்தம் கொடுப்பவள்… என் யுவராணி பெயரலவில் மட்டுமல்ல மனதாலும் அவள் என் ராணி… என் இதய ராணி.

அந்த பள்ளி முடிந்ததும் அவளது நட்பும் விலகியிருந்தது. போன் எல்லாம் இல்லாத காலம்.அவள் வீடு எங்கயிருக்கு என்று கூட எனக்கு தெரியாது. அடுத்து கவர்ன்மென்ட் பள்ளி புதிய சூழல் புதிய மாணவர்கள். யுவராணி போல இல்லாவிட்டாலும் சில நண்பர்கள் கிடைப்பார்கள் என்ற கனவுகளோடு பள்ளிக்கு காலடி எடுத்த வைத்த நேரம் சரியில்லை போல.. "முதல் நாளில் யாரும் என்னிடம் பேசவில்லை.. நானாக பேசிய சிலரும் என்னை ஒதுங்கியே சென்றார்கள்."

"இப்படியே ஒரு மாதம் சென்றது.. காரணம் தான் எனக்கு தெரியவில்லை. வீட்டில் தேவதையாக வந்தாலும் அனைத்து பாசமும் என் பெற்றோர்களிடம் கிடைத்தாலும் ஒரு தோழி கூட கிடைக்காத பரம ஏழையாக உணர்ந்தேன்."

"தினமும் தூங்கும் போது மனதை நானே சமாதானம் படுத்திக்கொள்வேன். புதிதில் இப்படித்தான் இருக்கும் என எண்ணி சமாதானம் படுத்தியது தவறு என புரிய வந்தது சில நாட்களில்.

அந்த வகுப்பில் என்னை தவிற அனைவரும் சிறு சிறு குழுவாக பிரிந்திருந்தார்கள்.

அவர்கள் விளையாடுவது,பேச்சு சத்தம் கிண்டல் பேச்சுகள் அவர்களது நெருக்கம் என என் கண்களில் நொடிக்கு ஒரு முறை வந்து சென்றது."

"அனைவரும் விளையாடிக்கொண்டிருப்பார்கள் என்னை கண்டுக்க கூட மாட்டாங்க.

என்னையும் சேத்திக்கோங்க.. என பிரிந்திருக்கும் குழுக்களில் கோட்டப்போது… எங்க பிரண்ஸ் எங்க கேங் கூட மட்டும் தான் விளையாடுவோம் என அனைத்து குழுவிலும் சொல்லிவிட்டார்கள். அமைதியாக ஒரு மரத்தின் அடியில் அமர்ந்துவிட்டேன். சிறு சிறு கூட்டங்கள் ஓடியாடி விளையாடிக்கொண்டிருக்க.. கண்களில் ஏக்கத்தோடு பார்த்துக்கொண்டிருப்பேன். பி.டி பிரியட் முடியும் வரை ."

"சரி தானாக பேச முயற்சி செய்தாலும் பேசமாட்டார்கள். மதியம் சாப்பிடும் போது அனைவரும் குழுவாக அமர்ந்து சாப்பிட்டுக்கொண்டிருக்க… அவர்களின் சிரிப்பு சத்தம் என்னை நரகத்திலிருப்பது போல உணரவைக்கும். நான் ஒரு மூலையில் உட்கார்ந்து அனைவரது மகிழ்ச்சியான

முகத்தை பார்த்துக்கொண்டு
சாப்பிட்டுக்கொண்டிருப்பேன்."

"தனியாக ஒருவள்
சாப்பிட்டுக்கொண்டிருக்கிறாள் என யாரும் ஒரு நாளும் " வா எங்க கூட உட்காந்துக்கோ.."என கூப்பிட்டதில்லை. "

"என்னுடைய சிறு இதயம் அப்போதே பலவீனம் ஆக துவங்கியிருந்தது. "

"இருந்தும் வெளிக்காட்டிக்கொள்ளாமல் நான் பள்ளிக்கு வேண்டா வெறுப்பாகத்தான் சென்றுக்கொண்டிருந்தேன். "

"அனைவரது நட்பை பார்த்ததும் எனக்குள் ஒரு ஆசை எழுந்தது, ஒருவர் கூட எனக்காக இல்லையா என்று தோன்றும் போது கண்களில் நீர் நிரம்பி வழியும். யாருக்கும் தெரியாமல் துடைத்துக்கொண்டே இருப்பேன்.

மற்ற நேரங்களில் தனியாக இருப்பது பலகியிருந்தாலும். மதியம் சாப்பிடும் போது

என்னுடன் சேர்ந்து என் கண்களும் கண்ணீர் வடிக்கும். "

"ஒரு நாள் அப்படித்தான் குழம்பு டப்பா ஒழுங்காக மூடாததால் ஊற்றிவிட்டது. வெறும் சாதத்தை மட்டும் வைத்து எப்படி சாப்பிடுவது. அன்று காலையில் அவசரத்தில் சாப்பிடாமல் வந்தது தவறு என மதியம் பசியில் தான் புரிந்தது.

வெறும் சோற்றை இரண்டு வாய் வைக்க தொண்டையை பிடித்துக்கொண்டது. பெரிய இரும்பலோடு துடித்துக்கொண்டிருந்தேன் கையிலிருந்த தண்ணீர் கொட்டிவிட்டது. குடிக்க தண்ணீர் இல்லாமல் அருகிலிருந்த ஒரு குழுவில் கேட்டேன் இரும்பிய நிலையில். “உனக்கு கொடுத்துட்டா ... காலி ஆகிடும் சாயிந்திரம் வரை எனக்கு தண்ணீ வேனும் “என கொடுக்க மறுத்துவிட்டாள்."

"இரும்பிக்கொண்டிருக்கும் நிலையில்.. என் பாட்டிலை எடுத்துக்கொண்டு கை கழுவும் தண்ணீரை பிடித்து குடிக்க ஆரம்பித்தேன். இரும்பல் சற்று குறைந்திருந்தது. குடித்து முடித்து வாட்டர் பாட்டிலை பார்த்தால் நான்கு, ஐந்து புலு தண்ணீரில் மிதந்துக்கொண்டிருக்க.

கொமட்டிக்கொண்டு வந்தது வாந்தி எடுத்துவிட்டு சோர்வாக வகுப்புக்கு வந்தேன்."

"காலையில் சாப்பிடாதது, சற்றுமுன் வாந்தி எடுத்ததால் உடல் இன்னும் பலவீனமாகயிருந்தது.

பசி ஒரு பக்கம்.. மெதுவாக தொண்டையில் வெறும் சாதம் சிக்கிக்கொள்ளாத வகையில் நான்கு வாய்க்கு வைக்க முடியாமல் அமர்ந்திருந்தேன். அனைவரும் சாப்பிட்டு முடித்ததும் ஒரு பெண்ணின் குழம்பு பாக்சில் மிச்சமிருந்த குழம்பை பார்த்து கொஞ்சம் தரயா என கேட்க என் கண் முன்னே அதில் தண்ணீரை ஊற்றி “கொஞ்சம் முன்னாடி சொல்லியிருக்கலாமில்ல “என அவளும் அவளது தோழிகளும் ஏதோ பெரிய காமெடி நடந்தது போல சிரித்தார்கள். "

"மனம் வெறுக்க பாக்சை முடிவைத்துவிட்டு எழுந்து வெளியே போயிட்டன்.

எதுக்கு எல்லாம் இப்படி என்னிடம் நடந்துக்கொள்கிறார்கள்.. விகாரமாகவும் நானில்லை ... பல பிரிவுகளிலும் பல மதத்திலும் உள்ள.அனைவரும் ஒற்றுமையாகத்தான் இருக்கிறார்கள்.. ஏன் ? என யோசித்துக்கொண்டு உள்ளே வரும் போது ..

நான் சற்று முன் மனதில் கேட்ட கோள்விக்கு பதில் கிடைத்தது.

அவர்களுக்கு என் மூக்கை பிடிக்கவில்லையாம். என் வகுப்பில் ஒருவளுக்கு கிளி போல மூக்குயிருக்கும் அவளை பிடித்திருக்கு ஆனால் என் மூக்கு பிடிக்கவில்லையா ? "

"கண்ணாடியிலும் சில நேரங்களில் பஸ்சில் புதிதாக யாராவது பேசினால் பேச்சுவாக்கில் என் மூக்கை பற்றி கேட்பேன். விகாரமாக எல்லாமில்லை.. சற்று உருண்டையாக இருக்கு அவ்வளவுதான் . பல நாள் இதை நினைத்து பீல் பண்ணிட்டு இருந்திருக்கேன். "

"கண்ணாடியில் மூக்கை பிடித்து பார்த்து.. நல்லா தானயிருக்கு அந்த கிளி மூக்கு பெண்ணை விட சற்று அழகாகத்தானிருக்கு என மனதில் அடிக்கடி ஓடிக் கொண்டிருக்கும் .

சரி அவங்களுக்கு பிடிக்கலனா என்ன.எனக்கு என்னை பிடிக்கும் என நான் உண்டு என் வேலை உண்டுனு இருப்பேன்."

" ஆனால், நான் அழுதுக்கொண்டு சாப்பிடுவதை கூட யாரும் கண்டுக்கொள்ள மாட்டார்கள். இது மட்டும் மனதை நிறைய பாதித்தது."

"அவர்களின் ஒதுக்கம் எதற்கு என்று சுத்தமா புரியாமல் மண்டை குழம்பிக்கொண்டிருக்க. "

"தனிமையை பழகிக்கொண்டிருந்தேன். தினமும் மதியம் மதிய உணவுடன் சேர்த்து என் கண்ணீரையும் உணவுடன் சேர்த்து உண்டிருக்கிறேன் ."

"அந்த சிறு வயதில் ஒதுக்கிவைத்தது ஏன்? என் முகம் விகாரமா இருக்கா ? இல்லை நான் கெட்ட பெண்ணா என கண்ணாடியுடன் மணிக்கணக்கில் பேசிக்கொண்டிருந்தேன் (வீட்டில் யாருக்கும் தெரியாமல்). "

"அவர்களுக்கு என் மேல் பிடித்தமில்லை என விளகிக்கொண்டேன். "

"என்னை போல அந்த வகுப்பில் யாராவது இருந்தால் அவர்களிடம் ஆவது நட்பு கரம்கோர்க்க நினைத்த எனக்கு கிடைத்த விடை.. உன்னை தவிர அனைவரும் ஒன்று என்ற பதில் பலவீனமாகயிருந்த என் இதையத்தை இன்னும் வருந்த செய்தது. "

"இப்படியே வருடங்கள் கடந்தது.. என் நிலை மட்டும் மாறவில்லை. நானும் தனிமையுடன் நன்கு பழகிக்கொண்டேன். ஆனால் என் ஏக்கம் வளர்ந்து விருட்சமாக வளர்ந்துக்கொண்டே போனது. "

"அந்தவருடம் புதிதாக ஒரு மாணவி வந்தால். வந்ததும் என் அருகில் தான் வந்து அமர்ந்தாள். அந்த மகிழ்ச்சிக்கு எல்லையே இல்லை தெரியுமா… யாருமில்லா பாலைவனத்தில் தனிமையிலிருந்த தண்ணீரில் தவித்துக் கொண்டிருந்த எனக்கு இரண்டு லீட்டர் ஜுஸ் பாட்டில் கொடுத்து குடி என்பது போலிருந்தது. எனக்குள் ஒரு பதற்றம் இவளுக்காவது என்னை பிடிக்குமா ? இல்லை மற்றவர்கள் போல என்னை ஒதுக்கியே வைப்பாலா என்ற எண்ணம் மனதில் தோன்றிய மறு நொடி அப்படி இல்லை என்றுறைத்தது அவளது குரல்....."

அத்தியாயம்-12

கூட்டத்தை விலக்கி பார்த்தாள் அங்கே ஒரு நாய் அடிப்பட்டு துடித்து கொண்டிருக்க…

சரவணன் ஆர்த்தியை கூப்பிட்டு அந்த நாய்க்கு முதலுதவி செய்து வைத்தான்….

பிறகு அதை தனது வண்டியில் எடுத்து கொண்டு அங்கிருந்து இருவரும் புறப்பட்டு சென்றனர்….

சில மணி நேரம் கழித்து ஆதித்யா மறுபடியும் தொடர்பு கொள்ள..

சரவணனும் ஆதித்யாவும் போனில் எதையோ சீரியஸாக பேசிக்கொண்டு இருக்க…

ஆர்த்தி அங்கே டீ போட்டு எடுத்து கொண்டு வந்தாள் …

அவள் வருவதை கண்டவுடன் பேசி கொண்டிருந்தவன் போனைக் கட் பண்ணி பாக்கெட்டில் போட்டு விட்டான்….

கண்களில் ஏதோ ஒரு பதட்டம்….

ஆனால் அதை அவன் வெளியே காட்டி கொள்ளவில்லை….

ஆர்த்தி அவனுக்கு டீ யை ஊற்றி தந்து விட்டு அவன் கண்களை பார்த்தாள் . அதில் அவனது பதட்டமும் ஒரு விதமான டென்ஷனும் அவளுக்கு தெரிந்தது.

"என்னங்க என்னாச்சு ஏன் ஒரு மாதிரியாக இருக்கீங்க" என்று ஆர்த்தி கேட்டாள் ....

"ஒன்னுமில்லை" என்று சரவணன் கூறினான்…

அவள் புரிந்து கொண்டாள் சரவணன் நம்மிடம் எதையோ மறைக்கிறார் என்று…

உடனே "போன்ல யாருங்க பேசுனது......"

"ம்ம்.. என் பிரண்ட் தான்" அப்படின்னு கூறிவிட்டு அங்கிருந்து "டீ வேண்டாம்" என கூறி சென்றான்..

சில நாட்கள் கழிந்தது….

வழக்கம் போல் சரவணன் ஒரு லெக்ச்சர் எடுத்து கொண்டு இருந்தான்…

அப்போது அவனுக்கு ஒரு கால் வந்தது……

தொடர்ந்து அந்த நம்பர்ல இருந்து கால் வர…

அங்கிருந்த அட்டன்டர் சரவணன் போன எடுத்து பேசுறான்…

"ஹலோ யாருன்னு" அந்த அட்டன்டர் கேட்டார்…

"நான் ஆதித்யா பேசுறன் நான் சரவணன்கிட்ட பேசனும் அவர்கிட்ட போனக் குடுங்க…"

அந்த அட்டன்டர் ஒரு நிமிஷம் திரு திருன்னு முழிச்சிட்டு…

ஏதோவொரு முடிவுக்கு வந்தது போல இப்போ பேச ஆரம்பிக்கிறார்…

"ஸார் இப்போ கிளாஸ் எடுத்துட்டு இருக்காறு நீங்க இன்னும் ஒன் ஹவர் கழிச்சு கால் பன்னுங்க.."

அப்படின்னு சொல்லி அந்தப் போன கட் பன்னிட்டாரு அந்த அட்டன்டர்…

இரு நிமிடங்கள் கழித்து திரும்பவும் அதேபோல் அதே நம்பரிலிருந்து கால் வந்தது….

அந்த அட்டன்டர் அதை எடுக்கவே இல்லை…

திரும்ப திரும்ப போன் வந்து கொண்டே இருக்கும் பட்சத்தில் கடுப்பான அந்த அட்டன்டர்…

அந்த போனை அட்டன் செய்த அட்டன்டர்….

"அதான் சொல்லுறேன் இல்ல ஸார் இப்போ முக்கியமான கிளாஸ் எடுத்துட்டு இருக்கிறானு. அவர் வந்ததுமே உங்களை கண்டிப்பா கான்டாக்ட் பண்ணச் சொல்லுறேன் பிளிஸ் கொஞ்சம் புரிஞ்சுங்க டியூட்டி டைம்ல்ல சும்மா சும்மா இப்படி கால் பண்ணி தொந்தரவு பண்ணாதீங்க…"

அப்படின்னு சொல்லிவிட்டு இந்த அட்டன்டர் கால கட் பன்ன போக….

ஒரு நிமிஷம் அப்படின்னு ஆதித்யா போனில் கூப்பிட…

"சரவணன் வந்தா இந்த மாதிரி ஆதித்யா கால் பன்னாரு…

நான் சொன்னது யோசிச்சு பாத்தியா அப்படின்னு கேட்டார்ன்னு சொல்லிருங்க…"

அப்படின்னு ஆதித்யா போன கட் பன்ன….

அந்தப் பக்கம் சரவணன் தனது வேலையை முடிச்சுட்டு வெளியே வருகிறான்….

அப்போது அந்த அட்டன்டர் எதையோ பைல்ல தூக்கிட்டு அந்தப் பக்கமாகவும் இந்தப் பக்கமாகவும் நடந்து கொண்டு இருந்தான்…

சரவணன் வருவதை கண்டவுடன் வேகமாக அவன் அருகே வந்து…

"ஸார் ஜெனரல் ஸார் இந்தப் பைல்ல உங்ககிட்ட குடுக்க சொன்னாரு ரிக்கார்டுஸ் எல்லாம் செக் பன்னிட்டு ஸ்கேன் பன்னி அவருடைய மெயிலுக்கு உங்களை இதை சென்ட் பன்ன சொன்னாரு…"

"ம்ம்ம் சரி சரி அதை அங்க வச்சிட்டு போ" அப்படின்னு சரவணன் சொல்ல….

"ஸார் அவர் உடனே உங்களைப் பன்னிக் கொடுக்க சொன்னார்.."

"ம்ம்ம் சரியா நான் சென்ட் பன்றேன்னு போய் சொல்லி வை யா அவர் கிட்ட…."

"சரிங்க ஸார்" என்று அந்த அட்டன்டர் கிளம்ப நினைக்கும் போது டக்னு ஆதித்யா கால் பன்னது நியாபகம் வர….

திரும்பி…

"ஸார்.." என்று அவன் சரவணனை அழைக்க…

"யோவ் அதான் ஸ்கேன் பன்னி சென்ட் பன்னுறன்னு சொல்லுறன் இல்ல அப்புறம் எதுக்குயா என்ன.வந்து சும்மா சும்மா தொந்தரவு பன்னுற" அப்படின்னு சரவணன் அந்த அட்டன்டர் மேல எரிந்து விழ..

"ஸாரி ஸார் நான் அதை பத்தி சொல்ல வரலை ஸார்….."

"என்னதா உனக்கு வேனும் சொல்லு" என சரவணன் சற்று சலித்து கொண்டே கேட்க…

அவனும் சொல்ல ஆரம்பித்தான்…

"ஸார் உங்களுக்கு தொடர்ந்து போன் வந்துட்டே இருந்துச்சு…"

"நானும் யார்ரா அது போன் பன்றதுன்னு போன எடுத்தன் ஸார்…" அப்படின்னு அவன் முடிக்க…

"சரி யாரு போன் பன்னா என்னா சொன்னாங்க உன்கிட்ட….." என சரவணன் அந்தப் அட்டன்டரைப் பார்த்து கேட்டார்…

"அதான் ஸார் உங்கக்கிட்ட சொல்ல வந்தேன்…" அப்படின்னு அந்த அட்டன்டர் கூறினார்...

"யோவ் சொல்ல வந்ததை டக்ன்னு சொல்லுயா சும்மா இழுத்துட்டு கெடக்குற…." அப்படின்னு அவனைப் பார்த்து சரவணன் திட்டினார்….

"ஸார் ஆதித்யா போன் பன்னிருந்தார் ஸார்…"

"ம்ம் என்னா சொன்னாங்க…"

"அவங்க சொன்னதை நீங்க யோசிச்சீங்களா இல்லையான்னு கேட்க சொன்னார் ஸார்…"

"சரியா நான் அதைப்பற்றி பேசிக்கேறன் நீ அந்த மொபைல எடுத்துட்டு வா பார்த்துக்கலாம்…."

"சரிங்க ஸார்" ன்னு அங்கிருந்து அந்த அட்டன்டர் புறப்பட்டு சென்று அவருடைய மொபைலை எடுத்துட்டு வந்து சரவணன்னிடம் தந்தார்….

சரவணன் தன் வேலைகளை எல்லாம் முடித்துவிட்டு ஆதித்யாவுக்கு கால் பன்னாரு ..

ரிங்க் போய்ட்டே இருக்கு ...

முதல் முறை ஆதித்யா போனை எடுக்காதால்…

திரும்பவும் முயற்சி செய்தார் சரவணன்…

இம்முறை எடுத்த ஆதித்யா…

"ஹலோ சரவணா எப்படியிருக்க…"

"ம்ம் நல்லா இருக்கன் நீ எப்படியிருக்க…"

"ஒரிரு நிமிடங்கள் அமைதி நிலவ…"

திரும்பவும் ஆதித்யா பேச…

"என்னா சரவணா நான் சொன்னது பத்தி யோசிச்சு பார்த்தயா…"

"இல்ல ஆதித்யா இது எல்லாம் தப்பு…"

"சொன்னா புரிஞ்சுக்கோ இது எங்க கொண்டு விடப் போகுதுன்னு தெரிஞ்சுகிட்டு தான் பேசுறயா…" என சரவணன் கேட்க

"ஆமா எல்லாம் யோசித்து விட்டு தான் சொல்லுறன் நீ அதை பற்றி யோசிச்சயா என்னா முடிவு பன்னியிருக்க…"

"இல்ல ஆதித்யா இது எல்லாம் சரிப்பட்டு வராது இது எல்லாம் என்னால முடியாது நீ ஏதோ தப்பு பன்றையோன்னு எனக்கு தோனுது…" அப்படின்னு சரவணன் போனில் ஆதித்யாவிடம் கூற…

"இல்ல சரவணா உனக்கு நான் சொல்லறது புரியலை ன்னு நினைக்குறன் அதனால எது வந்தாலும் பார்த்துக்கறன் நீ மட்டும் இதுக்கு

சம்மதித்தா போதும்... எல்லாம் கரக்ட்டா யோசித்து தான் உன்கிட்ட கேட்குறன் இதை உன்னால மட்டும் தான் முடியும் பிளிஸ்". என ஆதித்யா சரவணன்னிடம் கேட்க

"சொன்னா புரிஞ்சுக்க மாட்டேன்ங்குற சரி நீ என்னமோ பன்னு ஆனா அதை கரெக்டா பன்னா சரி...."

"ம்ம்ம் சரி சரி சரவணா தேங்க் யூ வெரி மச் சரவணா…".என போனை கட் பன்னினார் ஆதித்யா…..

எதையோ யோசித்த வண்ணம் சரவணன் இருக்க…

சிலக் குழப்பங்கள் நிறைந்த நிலையிலையே சரவணன் இருந்தார் .....

அவரையே அறியாமல் பெல் மீது கை வைக்க…

உடனே வெளியே இருந்த அட்டன்டர் உள்ளே வந்தான்..

"மே ஐ கம் இன் ஸார்…"

எந்தவித ரெஸ்பான்ஸும் சரவணனிடம் இல்லாததால் அவன் நேராக வந்து சரவணின் பக்கம் வந்து கூப்பிட்டான்…

"ஸார் ஸார்"

ஆழ்ந்த யோசனையில் இருந்த சரவணன் திடுக்கிட்டு எழுந்தான்…

"யோவ் என்னாயா என்னா ஆச்சு யா…."

"ஸார் நீங்க தான் ஸார் பெல்ல அடிச்சு கூப்பிட்டிங்க" அப்படின்னு அந்த அட்டன்டர் கூற..

"ஓ.ஸாரி தெரியமா அதை அழுத்திட்டன்…"

"ஓ ஒகே ஸார் நான் போயிட்டு வரேன் ஸார்…"

"ஒரு நிமிஷம் டைம் என்னா…"

"ஸார் நைட் மணி ஏழு ஆச்சு ஸார்…"

"சரி டிரைவர காரை ரெடி பண்ணச் சொல்லு நான் பின்னாலே வரேன்.."

"ஓ கே ஸார்…"

"இதோ போய்ட்டு சொல்லிட்டு வந்துறேன் ஸார்" எனக் அந்த அட்டன்டர் சொல்லிவிட்டு அங்கிருந்து சென்றான்…

மறுபடியும் அதே ஆழ்ந்த யோசனைக்கு போனான் சரவணன்…

சிறிது நேரம் கழித்து வெளியே போன அந்த அட்டன்டர் உள்ளே வந்தான்….

அவரை வந்து கூப்பிட்டான்….

"ஸார் ஸார்"

"ம்ம் சொல்லுயா."

"ஸார் காரை ரெடி பன்னிட்டன் ஸார்."

"ம்ம் சரியா போறன்" அப்படின்னு சரவணன் அங்கிருந்து புறப்பட்டான்….

ஏதோ யோசித்த மனநிலையிலே…

அங்கிருந்து புறப்பட்டு சென்றார் சரவணன்….

ஆர்த்தி ஒருப் பக்கம் கால் பன்னிக் கொண்டே இருக்க….

இரவு 8 மணியளவில் சைதாப்பேட்டை ரயில் நிலையத்தில் இருவர் பேசிக்கொண்டு இருக்கிறார்கள்..

"என்னா ஸார் இவ்வளோ லேட்…"

"ஸ்கூல்ல போர்ட் மெம்பர்ஸோட மீட்டிங் ஸார் அதனால தான் லேட்…"

"நீங்க ஏன் ஸார் லேட் என அந்த ஸ்கூல் டீயிஓ கேட்க…"

"இன்னைக்கு ஆப்பிஸ்ல புராஜெக்ட்ட சம்மிட்டு பன்னச் சொல்லி ஹச் ஆரும் (H.R), மேனேஜரும் சேர்ந்து இதை முடிச்சு கொடுத்துட்டு தான் போகனும் ஓவர் டைம் போட்டு உட்கார வைச்சுட்டாங்க ஸார்…"

"ஓ கே ஸார்" என அந்த ஸ்கூல் டீயிஓ முடிக்க…

"ஸார் டுமாரோ சன்டே எதுனா புரோகிராம் இருக்கா புல்லா ரெஸ்ட் தானா" என ஆப்பிஸில் வேலை பார்ப்பவர் இவரைப் பார்த்து கேட்க…

"இல்லை ஸார் நாளைக்கு கோவிலுக்கு போயிட்டு வந்து சிக்கன் இல்லன்னா மட்டன் எடுத்து சாப்பிட்டு புல்லா ரெஸ்ட் எடுக்கனும் ஸார்…"

தூரத்தில் ஒரு ஹாரன் சத்தம் ரெயில் வண்டியின் ஹாரன் சத்தம் அது..

"சரிங்க ஸார் என்னுடைய டிரெயின் வந்துருச்சு நான் போய்ட்டு வரேன் ஸார்"ன்னு அங்கிருந்து அந்த ஆப்பிஸ் மேன் அங்கே வந்த டிரெயின்ல ஏறிப் போயிட்டாரு….

ஒருப்பக்கம் சரவணன் போனுக்கு ஆர்த்தி டிரைப் பண்ணிட்டே இருக்க…

சரவணன் மொபைல் ரிங் ஆகிட்டே இருக்கு….

எப்போதும் காரில் ஏறியவுடன் நாவல் அல்லது கதை எதாவது எடுத்து படித்துட்டு வரும் சரவணன் எதையோ யோசித்து வருவதை பார்த்த டிரைவர்…

அவரை டிரைவர் கூப்பிட்டான்..

"ஸார்... ஸார்"

திடீரென கீர் என்ற ஒரு சத்தம்...

அத்தியாயம்-13

அவள் மனதில் ஆயிரம் பட்டாம்பூச்சிகள் வட்டமடித்துக்கொண்டிருந்தன . அவளுக்கு புது தோழி ஒருவள் கிடைக்க போகிறாள் என்று. அந்த பிங்கி மிகவும் பாசமாக,பேச தெடங்கினாள். மற்றவர்களும் பிங்கியிடம் பேசவில்லை.. அதற்கு அவள் அலட்டிக்கொள்ள வில்லை.

"ஒரு நாள் எனக்கு இரணாடு வருடங்களக நடந்ததை.. செல்லம்போது கூட அவளது கண்களில் ஒரு சோகம் தெரிந்தது. எனக்கு அவளை மிகவும் பிடித்திருந்தது . ஒரு பெரிய பாச மழையே பொழிந்து தள்ளினாள்… அந்த மழையில் நனைந்த நான் தான் திக்குமுக்காடி போனேன். "

"இனி நாமத்தான் பெஸ்ட் பிரன்ஸ் ஓகே வா "என தன் நட்பு கரங்களை அவளாக நீட்டினாள் என்னிடம். இதை தவிற வேறேன்ன வேண்டும் என் வாழ்வில் என்ற எண்ணம் தான் தோன்றியது.. சங்கர் படத்தில் காதல் மலரும் போது ஆயிரம் பூக்கள், பட்டாம்பூச்சி, வானம் முழுவதும் நிலா… காதலுக்கு மட்டுமில்லை

நட்புக்கும் அது பொருந்தும் என்ற எண்ணம் தான் என் மனதில் தோன்றியது".

"என் மகிழ்ச்சிக்கு எல்லையே இல்லை அப்போது பாலை வனத்தின் வெப்பத்தில் கருகும் பூபோல காய்ந்து சருகாகவிருக்கும் பூவை தண்ணீர் கொண்டு என்னை காத்தவள் என் பிங்கி. ஒன்றாக வீட்டுக்கு நடந்து செல்வது என ஒரு வாரத்தில் அவ்வளவு மகிழ்ச்சி கொட்டி கொடுத்தாள்."

"சில நேரங்களில் மகிழ்ச்சியை கட்டுப்படுத்த முடியாமல் அவளை இருக அனைத்துக்கூடயிருக்கிறேன். தனியாக உட்கார்ந்து சாப்பிட்ட எனக்கு ஒரு துணையாக அவளும்.. எங்கு போனாலும் இரட்டை ரோஜா போல சுற்றித்திரிந்தோம்."

"எப்போதும் தனியாக உட்கார்ந்திருப்பேன் பி.இ. டி பிரியடில், ஆனால் இப்போது என் பிங்கியுடன் அழகாக வண்ணத்து பூச்சிப்போல பறந்துக்கொண்டிருந்தேன்."

"சாப்பாடு கூட மாற்றித்தான் தாப்பிடுவோம்.. என் சாப்பாடு அவளும் அவள் சாப்பாடு நானும். இந்த மகிழ்ச்சியை எல்லாம் அளக்க இந்த உலகில் எந்த விஞ்ஞானியும் அளவுகோல இன்னும் கண்டுபிடிக்கவில்லை, அப்படி இருந்தால் நாங்கள் தான் சிறந்த நண்பர்களாக திகழ்வோம்.. தனிமையில் இது போல எண்ணங்கள் வந்து எங்கள் நட்பை நினைத்து எல்லையில்லாத மகிழ்ந்த தருணங்கள் உண்டு."

"நிஜத்தில் வாழும் தேவதையாக எனக்கு காட்சி அளித்தாள் என் பிங்கி."

"என்னைவிட சற்று நிறம் குறைவு அவள் என் கன்னத்தை வலிக்கும் அளவுக்கு பிடித்து கிள்ளிவைத்துவிட்டு. அந்த சிவப்பேறிய கன்னத்தை பார்த்து வியப்பாள்..."ஏய் உன் கன்னம் பிங்காயிருக்கு "என சிறு பிள்ளை தனமாக எதாவது செய்துக்கொண்டிருப்பாள். "

"அடிக்கடி தேர்வுகள் வைப்பாங்க.. நான் எப்பவும் போல படிக்காமல் தான் வந்தேன். ஆனா பிங்கிக்கு படிக்க இஷ்டம் நல்லவே படிச்சிட்டு வந்தா. "

"அப்போது ஒரு முடிவு எடுத்தேன். நம்ம பிங்கி போல நாமும் படிக்கனும் என நினைத்து. இன்று தான் நான் படிக்காமல் எழுதும் கடைசி தேர்வு. இனி சரியாக படிச்சிட்டு வந்துடனும் என்று நினைத்து அன்று நடந்த வகுப்பு தேர்வு எழுத ஒரு அட்டையை எடுத்துக்கொண்டு என் இடத்தில் உட்கார்ந்தேன். என் அருகில் அடுத்த பக்கம் பிங்கி உட்கார்ந்து ஆர்வமாக எழுத துவங்கினாள். அவளை பார்த்து அடுத்த முறை நானும் பொருப்பா தேர்வு எழுதி நல்ல மதிப்பெண் எடுக்கனும். "

"சிறிது நேரம் கழித்து ஒரு சம்பவம் நடந்தது. அதை என்னாள் ஏற்றுக்கொள்ளவே முடியவில்லை.... "

இனியா அறையில்................

ஒரு சிறு விசும்பல் அவளிடமிருந்து ஒரு தேம்பல் வர.. இனியா பதறினான். இவ்வளவு எமோசன் ஆகக்கூடாது. எழுப்பிவிடலாம் என்று கூட நினைத்தான்.

"ஒன்னுல்ல டெவில் ரிலாக்ஸ்...ரிலாக்ஸ்"என அவளை ஆறுதல் படுத்தி எழுப்பி விட நினைத்தான். ஆனால் அவளே பேச்சை சிறு அழுகையோடு தெடங்கினாள் பாதி மயக்கத்திலிருந்து.

"அதுக்கு அப்புறம்.. சரி எழுத உட்கார்ந்துட்டோம். எதையாவது கிருக்கி வைப்போம் என ஆர்வமாக. எனக்கு தெரிந்த a,b,c,d... மாற்றி மாற்றி எழுதிக்கொண்டிருக்க. எனக்கு பிட் அடிக்க அளவுக்கு எனக்கு தைரியமில்லை அதுமில்லாமல் எண்ணமும் இல்லை. "

"அந்த கிளிமூக்கு பெண்ணும், சில பெண்கள் அவங்க எல்லாம் லீடராம் நான் பிட் அடித்தேன் என்று மிஸ்சிடம் சொல்லி கிட்டதட்ட ஐம்பது பேர் இருப்பாங்க அந்த வகுப்பில்.. ஏற்கனவே அனைவரும் ஒதுக்கிவைத்த ஒரு பெண் நான், இப்போது என் மீது இப்படி ஒரு பழி வேறு விழுந்தது. அந்த பழியை கேட்டதும் எனக்கு உடல் நடுங்கியது.. என் நிலை எப்படியிருந்தது என்றால் அதை நான் செய்யவில்லை என்று மறுக்க கூட முடியாத நிலையில் நான் தள்ளப்பட்டேன். "

" முன்பாவது படிக்காத பெண் என்று ஒதுக்கிவைத்தவர்கள்.. பார்வை மாறியிருந்தது இப்போது நான் ஏதோ பெரிய கொலைகுத்தம் செய்தது போல பார்த்தார்கள். என் சிறு இதயம் அவர்களின் பார்வையில் பொசுங்கியது. அந்த குற்றச்சாட்டில் உண்மை இருக்கா, இல்லையா என யாரும் ஆராய கூட முன் வரவில்லை ஏன் படித்து பட்டம் வாங்கிய அந்த ஆசிரியர் கூட அந்த கிளி மூக்கு பெண் சென்னதை தான் நம்பினார்.

எனக்கு மற்றவரின் உடல் பாகம் வைத்து குறிப்பிட பிடிக்கவில்லை.. ஆனால் என் முக்கு என் படிப்பை வைத்து அவள் என்னை லூசர், பிட் அடிப்பவள் என பெயர் வாங்கிக்கொடுத்ததால் இன்று எனக்கு அவள் பெயர் மறந்த நிலையிலையும். அந்த கிளி மூக்கு தான் நினைவுக்கு வருது".

"உடல் பாகத்தை வைத்து கிண்டல் செய்யரன்னு நினைச்சி, நான் பேட் கேள்னு முடிவுக்கு வராதீங்க இனியா". என தன் குறிப்பிட்ட கிளி மூக்குக்கு விளக்கம் அளித்துவிட்டு தொடர்ந்தாள் உத்ரா.

"அந்த செய்யாத குற்றத்துக்கு ..
அவமானப்படுத்தினார்கள்... சிரித்தார்கள் கேலி
செய்தார்கள்... "

"அவமானத்தில் அனைவருக்கு மத்தியிலும்
கூனி குறுகி நின்றேன். திடிரென பிங்கி முகத்தை
ஒரு தயக்கத்தோடு பார்க்க. "

"அவளே... ச்சி என்பது போல ஒரு
ஒவ்வாமையில் என்னை
பார்த்துக்கொண்டிருந்தாள். "

"அப்பவே புரிந்துக்கெண்டேன் எனக்கு இருந்த
ஒரு நட்பும் போய்விட்டது. அவ்வளவு நாள்
அடைக்கி வைத்த கண்ணீரை மொத்தமாக
அழுது தீர்த்தேன்.. நான் அழுவதில் கூட
யாருக்கும் ஒரு நம்பிக்கை வரவில்லை..
என்னை ஒரு அர்ப்ப புழுவை பார்ப்பதை போல
பார்த்தார்கள். அன்று பிங்கி என்னை விட்டு
போய்யிட்டா. அந்த கிளிமூக்கு பெண்ணிடம்
சேர்ந்து கொண்டாள் ".

"எனக்கு படிப்பு, மார்க் என அனைத்து மேலும் ஒரு வெறுப்பு வந்தது.. எனக்கு பிடித்த டிராயிங் செய்ய ஆரம்பித்தேன். என்னுடைய சந்தோஷம், துக்கம் அனைத்திலும் துணையாகயிருந்தது என் பெய்ண்டிங், டிராய்ங்க் தான். "

"இது தான் என் வாழ்க்கை என புரிந்துக்கொண்ட நான் என் அழுகையை வெளிப்படையாக வெளிப்படுத்த துவங்கினேன். அதில் ஒரு நப்பாசை. என் கண்ணீருக்காவது பரிதாபப்பட்டு எனக்கு ஒரு நட்பு கிடைக்குமா என்ற ஒரு பேராசை ஆனால்.. அந்த கண்ணீர் வெறும் தண்ணீர் தான் போல என மீண்டும் தனிமை... யாருமில்லை.... தனிமை... அமைதி..... என் வாழ்க்கையில் வெறுத்த ஒன்று இந்த அமைதியும் தனிமையும். "

"பிங்கி அந்த கிளி மூக்கு அழகில்.. அவளை அழகின்னு சொல்ல கூட வார்த்தை வரலை.. என்னைவிட நிறைய மடங்கு மோசமான பெண்கள். மனசாட்சி என்று ஒன்று இல்லாத அரக்கி கூட்டங்கள்."

"என் யுவராணியை தேடியது.. அட்ரஸ் கூட வாங்கிவைக்காத என் முட்டாள் தனத்தை என்ன சொல்ல. அந்த வயதில் அப்படி ஒன்று இருப்பதே தெரியாது எனக்கு."

"சரி என தனிமையிலிருந்தாலும்.. சுற்றியிருப்பவர்கள் என்னை விடவில்லை... என்னை எதாவது செய்து மிஸ்சிடம் திட்டு வாங்க வைப்பது. அந்த வகுப்பில் யார் தவறு செய்தாலும் என் மீது தான் பழிவிழும் மனதாலும் உடலாலும் நிறையவே சேர்ந்து போனேன். "

"கடவுள் மீது வெறுப்பு வந்தது அறியாத வயதில். எனக்கு துணையாக தனிமையும் இந்த பாலாப்போன கண்ணீரும்."

"மற்றவர்கள் செய்தது கூட என்னால் ஏற்றுக்கெள்ள முடிந்தது ஆனால் இந்த பிங்கி செய்ததை என்னால் சுத்தமாக ஜீரனிக்கவே முடியவில்லை."

"காயம் பட்ட எனது நெஞ்சத்தில் இன்னும் இன்னும் ஆழமாக கத்தியை இரக்கிக்கொண்டிருந்தாள்."

"அந்த சம்பவத்திற்கு பிறகு பிங்கி என்னிடம் பேசவில்லை, ஏன் நான் இருக்கும் திசைக்கு கூட திரும்பவில்லை. என்னால் அவளை விட்டு இருக்க முடியாமல் ஒரு நாள் அவள் கைகழுவும் இடத்தில் பேச சென்றேன். நான் பேச துவங்கும் முன்"...

"உன் கூட தெரியாம பிரண்ட் சிப் வச்சது என் தப்பு.. இப்போ தான் எனக்கு ஒழுக்கமான பிரண்ஸ் கிடைச்சியிருக்காங்க.. உன்னை போல ஒருத்தி கூட இவ்வளவு மாசம் இருந்ததை நினைத்து அவமானமாயிருக்கு, இனி என்கிட்ட வந்து பேசும் வேலை வச்சிக்காத புரியுதா .. என் பிரிண்ட்ஸ என்னை தான் தப்பா நினைச்சிப்பாங்க.. நானும் உன்னை போல பிட் அடிப்பவள் என்று " எனக்கு இருட்டிக்கொண்டு வந்தது. என்ன வாழ்க்கை என்று தான் நினைத்தேன் . ஏன் எனக்கு இப்படி.. அதன் பிறகு தனிமை, அமைதி அழுகை மட்டும் என் துணை.. அடுத்த வருடம் பிங்கி அந்த ஸ்கூல் விட்டு போய்யிட்டா. நானும் அமைதியாக ஒரு

மூலையில் உட்கார்ந்து பாஸ் ஆகும் அளவுக்கு மட்டும் படிப்பேன்".

"சரி நமக்கு வெளி உலகம் தான் மகிழ்ச்சி தரவில்லை.. குடும்பம், சொந்தம், ஊரில் இருப்பவர்கள் அனைவரும் என்னை பாசமாக பார்த்துக்கொள்வார்கள் அது போதும் என அடிப்பட்டு வதங்கிய மனதை தேற்றிக் கொண்டிருந்தேன். "

"ஊரில் திருவிழா.. வீட்டைவிட அங்கு சுதந்திரம் ஜாஸ்தி . சிறகில்லா பறவை போல தான் பறந்துக்கொண்டிருப்பேன். அந்த பசுமை சூழலில் மகிழ்ச்சியான தருணங்கள் மறக்க முடியாத நிறைய நிகழ்வுகள்… இது தான் டா வாழ்க்கை என்ற எண்ணம் தான் தோன்றியது. ஆனால் அதுக்கும் சூனியம் வைக்க ஒருவன் வந்தான்… எட்டாம் வகுப்பு விடு முறையில் வந்த எனக்கு.. ஆண்கள் மீது ஒரு வெறுப்பு வர காரணமானவன். "

"என் சிறகை உடைத்த கயவன்.. ஆறாத ரணங்கள் கொண்ட மனதை சுமந்து சுற்றிக்கொண்டிருந்தவளின் உயிரை பறித்தது அந்த ராட்சசினின் செயல்."

"நல்லவன் வேசத்திலிருக்கும் நயவஞ்சகன். "

"சிறு பெண் என்றும் பாராமல் அவன் செய்த ஒரு செயல் என் குழந்தையின் மனதையும் அவளது வாழ்க்கையின் எண்ணம் ஆண்கள் மிது ஒரு பயத்தை ஏற்படுத்திவிட்டு. இன்று அவன் மகழ்ச்சியில் இருக்கிறான்.. நான் இந்த நிலையில்....". என முடித்தவள்.

பெரிய அமைதி...... அன்று நடந்ததை மனதில் மீட்டி எடுக்க துணிவில்லாதவளாக அதிர்ச்சியில் எழுந்து அமர்ந்தாள்.

இனியாவும் அவளை ஆசுவாசப்படுத்திவிட்டு.. அவனது மருத்துவ அறையை விட்டு வெளியே அழைத்து வந்தான்

அந்த தாத்தாவின் கரும்பு ஜூஸ் கடைக்கு அழைத்து சென்றான்.

போகும் வழியெங்கும் உத்ராவின் காதலனின் முகம் தான்.. ஆனால் முன்பை விட அதனை எதிர் கொள்ளும் தைரியம் வந்தது.

யோசனையில் நடந்து வந்தவள்… இனியாவின் கரங்களை பிடித்துக்கொண்டாள்...

* *

அத்தியாயம்-14

ஆம் மேரியின் அலறல் சத்தம் தான் அது..

அந்த கோரத்தை கண்டு இன்னும் அவளது நெஞ்சம் பத பததைத்து கொண்டிருக்கு….

அவள் கண்ணிலே அவ்வளவு பயம்.....

அப்படி என்னதான் நடந்தது எதுக்கு இவ இப்படி கத்துறா அந்தக் குப்பத்தில் வாழும் மக்கள் எல்லோரும் அவக் குடிசையை நோக்கி படையெடுத்தனர்….

கை கால் கழுவிட்டு வந்து சாப்பிடலாம் என்று உள்ளே வந்து பார்க்கும் போது…

இந்த டாமி மணிக் கட்டு பகுதியில் இருந்து ஐந்து விரல்களுடன் வெட்டி எடுக்கப்பட்ட ஒரு மனிதனின் கையை இந்த மேரியின் தட்டில் வைத்து அதில் வரும் ரத்தத்தை நக்கி கொண்டு இருப்பதை கண்டு பயத்தில் இவள் அலறி விட்டாள் ...

இவளது குடிசையை நோக்கி அனைவரும் போவதை கண்ட இவளது பிள்ளைகள் என்னாச்சு என்று வேகமாக வீட்டிற்கு ஓடிச்சென்று பார்த்தார்கள்…..

மறுபக்கம் வலசரவாக்கம் காவல் நிலையத்தில்….

சக்திவேலுடன் கணேசன் பேசி கொண்டு இருக்க…

"ஸார் நீங்க தேடிட்டு இருந்த பொண்ணோட தல தான் ஸார் அந்த பீச்சில்ல கிடைச்ச தல…". என்று சக்திவேல் கூற

"ஓ சிட் பிளடி இடியட்ஸ். அவனுங்க இந்த அளவுக்கு கொடூரமான வேலையை பார்த்து இருக்காங்களா.." எனக் கணேசன் கூற….

"அவனுங்க ன்னா அக்கியுஸ்ட புடிச்சிட்டிங்களா அவனுங்க ஏன் இப்படி பன்னாங்கன்னு விசாரிச்சிங்களா அவனுங்க பாடியை எங்க வச்சியிருங்காகன்னு விசாரிச்சுங்களா…

அவனுங்க தான் இதை பன்னாங்கன்னு உங்களுக்கு கன்பார்மா தெரியுமா". இப்படி என்னற்ற கேள்விகளை சக்திவேல் இன்ஸ்பெக்டர் கணேசனிடம் அடுக்கி கொண்டே போனார்….

"எங்க ஸார் இவனுங்கள எப்படி விசாரசிச்சாலும் வாயையவே தொரக்க மாட்டேன்ங்குறானுங்க ஸார்" எனக் கணேசன் சக்திவேலிடம் மொபலில் கூறி கொண்டு இருக்கிறார்….

"அவனுங்கள எங்க ஸார் புடுச்சிங்க" எனக் சக்திவேல் கேட்க…

"நான் எங்க ஸார் இவனுங்கள புடிச்சேன் கோயம்பேடு போலீஸ்க்கிட்ட மாட்டனாங்க அங்க அந்த அம்மாவோட போட்டோ எடுத்து வச்சுயிருந்தது பார்த்துட்டு இவனுங்க என்னமோ உலற அந்த ஸ்டேஷன்ல இருக்குற இன்ஸ்பெக்டர் எனக்கு கால் பன்னாரு அப்புறம் அங்கிருந்து இவனுங்கள இங்க ஷிப்ட் பன்னிட்டாங்க…".

இவர் இப்படி பேசிக்கொண்டே இருக்க அந்த மூவரும் பின்னே அலறும் சத்தம் அந்தப் பக்கம் பேசிக்கொண்டு இருக்கும் சக்திவேலுக்கு கேட்டது…….

சைதாப்பேட்டை மேரியின் வீட்டில்…

அவள் நடுங்கிய வண்ணம் ஒரு மூளையில் அமர்ந்து இருக்க…

யாரோ ஒருவன் போலீசாருக்கு தகவல் தந்திருப்பான் போல

போலீஸ்ஸும் அங்கே வேகமாக விரைந்து வந்தது…

அவளை விசாரிக்க ஆரம்பித்தார்கள்…..

"ம்மா வா மா இங்க" அப்படின்னு மேரியை போலீஸ் கூப்பிட…

"இந்த கை யாருதும்மா…."

"தெரியலை ஸார்…."

"சரி அந்தக் கை எப்படிம்மா இங்க வந்துச்சு…"

"டாமி எடுத்துட்டு வந்து போட்டான் ஸார்…."

"சரி ம்மா டாமி எங்கம்மா இருக்கான்…"

"இங்கதான் ஸார் இருக்கான்…"

"இங்கதான் னா எங்க அந்தக் கூட்டத்தல்லயா ஏட்டு ஐயா அந்தக் கூட்டத்துல டாமி ன்னு யாராவது இருக்காங்களான்னு விசாரிங்க….."

"ஸார், ஸார்" என மேரி அந்த இன்ஸ்பெக்டரை அழைத்தாள் ...

"ம்ம் சொல்லும்மா…." என இன்ஸ்பெக்டர் கூற….

"ஸார் டாமி வந்துட்டான் ஸார்…"

"ஏட்ட ஐயா டாமி வந்துட்டான்னா... வேனா விடுங்க அந்தக் கிரௌவுட மட்டும் கன்ட்ரோல் பன்னுங்க…".

"சரி சொல்லும்மா டாமி எங்க…"

"உங்க பின்னாடி தான் ஸார் இருக்கான்…."

"என் பின்னாடியா எங்க ம்மா ஒருத்தனையும் கணோம்…."

"ஸார் கீழே பாருங்க ஸார்….."

"கீழேயா இந்த நாயா டாமி…."

"ம்ம் ஆமா ஸார்…"

"சரிம்மா இந்த நாய் எங்கிருந்து ம்மா அந்தக் கையை எடுத்து வந்துச்சு…."

"ஸார் இது அந்த குப்பை மேட்ல இருந்து தான் ஸார் எடுத்துட்டு வந்திருக்கும் ஸார்…"

அங்கே போலீஸார் மோப்ப நாய்களுடனும் மற்றும் பாரன்சீக் ஆட்களுடனும் விரைந்து சென்று அதை தேடி கொண்டு இருந்தார்கள்….

மறுப்பக்கம் மைலாப்பூர் காவல் நிலையத்தில் இன்ஸ்பெக்டர் சக்திவேல்…

"யோவ் ஏட்டு அந்த தலை மட்டும் கிப்ட் கவர்ல்ல இருந்த தலையோட அட்டாப்சி ரிப்போர்ட் கேட்டனே எங்கயா…"

"ஸார் ரெடியாகிட்டு இருக்கு ஸார்…"

"சரியா அந்தப் பாரன்சி ரிப்போர்ட் எங்கயா…"

"ஸார் அந்தப் கிப்ட் கவர்ல இந்தம்மாவோட ரத்தம் மட்டும் இல்லாமா வேற ஒருத்தர் ரத்தமும் இருக்கு ஸார்…"

"ஓ ஐ சி…"

"சரி அட்டாப்சி ரீப்போர்ட் வந்தா அதை எடுத்துட்டு நேரா என் ரூமுக்கு வா….."

"சரிங்க ஸார்….."

வலசரவாக்கம் காவல் நிலையத்தில், இன்ஸ்பெக்டர் கணேசன்…

"யோவ் ஏட்டு என்னாய்யா சும்மா நய நயன்னு கத்திட்டு இருக்காங்க போய் என்னான்னு பாரு யா…"

"சரிங்க ஸார்…"

"ஸார்.. ஸார் அவனுங்கள்ள ஒருத்தனுக்கு மூக்குல்ல ரத்தம் வருது அதான் ஸார் மத்தவங்க கத்துறானுங்க ஸார்…"

"யோவ் அவங்களைப் போய் கீழே இறக்கி விடு யா போயா சீக்கிரம்…"

"செத்து போயிரப் போறாங்க…"

"சரிங்க ஸார்….”

"அவனுங்கல இறக்கி இங்கே கூட்டிட்டு வர வா ஸார்…"

"இல்லை யா நானே அங்க வரேன்."

"நீ அவங்கல இறக்கி மட்டும் வை நானே அங்க வரேன்…."

"சரிங்க ஸார்…."

"இன்ஸ்பெக்டர் கணேசன் அந்த மூவரையும் பார்க்க உள்ளே வந்தான்…"

அவர்கள் மூவரையும் பார்த்து எதுக்குடா "அவளை கொலைக் பன்னீங்க…"

அவர்களில் ஒருவன்" சத்தியமா சொல்றன் ஸார் அந்தப் பொம்பலை யாருன்னு கூட தெரியாது ஸார் அவங்க பேர் கூட தெரியாது ஸார்…."

"சரிடா நீங்க எதுவும் பன்னலேன்னு வச்சுக்கோவோம் அந்தப் பொம்பலை மகேஸ்வரி நின்னுட்டு இருந்த இடத்துல வேற யாராவது நின்னுட்டு இருந்தாங்கலா…"

"யாரு ஸார் அந்த மகேஸ்வரி" ன்னு அந்த மூவரில் ஒருவன் கேட்க…

"அவனை ஓங்கி அடித்து விட்டு நீங்க மூனு பேரும் சேர்ந்து கொலைப் பன்னிங்கல்லே அந்த பொம்பலையோட பேர் தான் அது…"

"ஓ**தா என்னா விளையாடுறிங்களா மூடிட்டு நான் கேட்டதுக்கு பதில் சொல்லுங்கடா…"

"நாங்க எப்பவும் போல பைக்க ஆட்டையப் போட்டுட்டு வந்துட்டு இருந்தோம்…

அன்னைக்குன்னு பார்த்து ஜோ ன்னு மழை வேற ஸார்…"

"சரி அப்புறம்…"

"அடையாளம்பட்டு பஸ் ஸாடப்பில இந்தப் அம்மா நின்னுட்டு இருந்துச்சு ஸார்…"

"நாங்களும் லிப்ட் வேனுமான்னு கேட்டோம் ஸார்…"

"அந்த அம்மா எங்கக்கிட்ட சண்டைக்கு வர நாங்க அங்கு இருந்து கிளம்பிட்டோம் ஸார்…."

"சரி நான் உங்கக்கிட்ட என்னா கேட்டேன்" அப்படின்னு கணேசன் கேட்டு அடி அடின்னு மூவரையும் அடித்தார்….

அடித்து முடிச்சுட்டு கேட்டார் கணேசன்…

"ஸார் சத்தியமா சொல்லுறன் ஸார் அங்கே யாரும் இல்லை ஸார் எங்களை நம்புங்க ஸார்…."

"டேய் உங்களை பார்த்தாலே எனக்கு ரொம்ப பாவமா இருக்குடா உங்களை அடிச்ச எனக்கே ஒரு மாதிரியா இருக்கு டா இப்பவாச்சும் உண்மையை சொல்லுங்கடா அந்தப் பொம்பலையோட பாடி எங்க

வச்சியிருக்கிங்கன்ற உண்மையை சொல்லிட்டா போதும் இதுக்கு மேல உங்களை எல்லாம் எதுவும் தொந்தரவு பன்ன மாட்டேன் டா…"

"எனக்கு சுகர் பீப்பி எல்லாம் இருக்கு என்ன ரொம்ப டென்ஷன் பன்னாதீங்கடா தயவு செஞ்சு உண்மையை சொல்லிருங்கடா…"

"ஸார் சத்தியமா சொல்லுறோம் நாங்க அவங்களை எதுவுமே பன்னல ஸார்…"

சைதாப்பேட்டையில் போலீஸ் நாய்களுடன் மற்றும் பல போலீஸார் அங்கே ரோந்து பணியில் ஈடுப்பட்டு கொண்டு இருக்க..

அந்த இடத்தை சுற்றி நூற்றுக்கணக்கான மக்கள் கூடி இருந்தனர்…

மைலாப்பூர் போலீஸ் ஸ்டேசனில்…

இன்ஸ்பெக்டர் சக்திவேல் ஆழ்ந்த யோசனையில் இருக்க…

அப்போது அங்க வந்த ஏட்டு கந்தசாமி

"மே ஐ கம் இன் ஸார்" என ஏட்டு கந்தசாமி இன்ஸ்பெக்டர் சக்திவேலை அழைக்க…

"ம்ம் வாங்க ஸார் " அட்டாப்சி ரிப்போர்ட் கேட்டனே வாங்கிட்டு வந்துட்டயா…

"ம்ம் இதான் ஸார் அது.."

"சரி அதைப் படி…"

"ஸார் பின் மண்டையில வழுவா அடிச்சு இருக்காங்க , அவங்க உயிரோட இருக்கும்போது மூக்க, காது அதுக்கப்புறம் அந்த முகத்தில் இருக்குற ஸ்கின் எல்லாம் வெட்டி எடுத்து இருக்காங்க ஸார்…"

"சரி…."

"தல மட்டும் அவங்க செத்து ஒரு மணி நேரம் கழிச்சு தான் வெட்டி எடுத்து இருக்காங்க ஸார்…."

"சரி அவங்க இந்த டார்ச்சர்ல்லதான் செத்தாங்களான்னு மென்ஸன் பன்னி இருக்கா பாரு…."

"இல்லை ஸார்…."

"ஏன் என்னா ஆச்சு ஏன் மென்ஸன் பன்னல்ல….."

"ஸார் அவங்க புல் பாடி கிடைச்சாதான் அவங்கள எப்படி கொலை பன்னாங்கன்னுறதை மென்ஸன் பன்ன முடியுன்னு சொல்லிட்டாங்க ஸார்…."

"என்னாயா அந்தப் பொம்பளை பாவம் பன்னா.. நீ படிச்ச அட்டாப்சி கேட்ட எனக்கே ஒடம்பு

எல்லாம் நடுங்குதுன்னா அந்தப் பொம்பலை எவ்வளவு ரண வேதனை பட்டு இருக்கும்ன்னு நினைச்சாலே அப்படியே கை கால் எல்லாம் நடுங்குதுயா….."

சிறிது நேரம் உரையாடல் சக்திவேலுக்கும் ஏட்டு கந்தசாமிக்கும் இதேபோல் போயிட்டு இருக்க….

சக்திவேலுக்கு ஒரு போன் கால்….

எம் எல் ஏ திருமூர்த்தி ஆமுஆக

கட்சியில் பணியாற்றி வருகிறார்…

"அவரைப் பத்தி சொல்லனும்னா…

பெருசா நான் சொல்லித்தான் தெரியணுங்கிறது இல்லை எல்லாம் உங்களுக்கு தெரிஞ்ச விசியம்தான்….

இருந்தாலும் கூறுகிறேன் கேளுங்கள்…

அவர் மக்களுக்காவே பிறந்து மக்களுக்காவே வாழ்ந்து கொண்டு இருக்கும் மாமனிதன் மீது எதிர்கட்சி செய்த சதியால் மத்திய அரசு அண்ணனை கைது செய்ய முற்பட்டது.

ஆனால் அண்ணனின் இரும்பு கரங்களை அவர்களால் கட்டி போட முடியவில்லை….

அண்ணன் பலத் தடைகளை தாண்டி இன்றைக்கு உங்கள் முன் சொற்பொழிவு ஆற்ற உள்ளார்" என்று மேடையில் ஒருவன்

திருமூர்த்தி யை பற்றி புகழந்து பேசினான்

திருமூர்த்தி பேச ஆரம்பித்தவுடன் அங்கே ஒருவன் வெல்ல கலர் ரெயின் கோட் போட்டு கொண்டு வாய்க்கு ஒரு மாஸ்கை போட்டு கொண்டு நின்றிருந்த அவன் திருமூர்த்தியையே பார்த்து கொண்டு இருந்தான் அவன்….

சக்தி வேலுக்கு வந்த போன் காலில் ..

அந்தப் பக்கம் ஹலோ என்றக் குரல் !

"யார் அது" என்று இன்ஸ்பெக்டர் சக்திவேல் கேட்க…….

■■

அத்தியாயம்-15

“நான் சொன்னது வச்சி உனக்கு என்னை பத்தி என்ன தாட் வந்தது? “

“நீ குழந்தை டா…”

“நிஜமாவா… நான் பொய்யா தெரியலையில, என்னை நம்புறையா? இதே போல எப்பவும் பேசுவியா ?”என்று உத்ரா அவளது கோள்விகளை அடுக்கிக்கொண்டே போனாள்.

“டெவில் ரிலாக்ஸ்.. நாம. ஒன்னும் ரோபோ இல்லை அனைத்தும் சரியா செய்ய.... சில தவறுகள் செய்வது இயல்பு . உன் பிரச்சனை உன்னோட பாஸ்ட் அதை விட்டுடு…”

இனியாவின் கரங்களை வேகமாக விளக்கிகொண்டவள். “நீயும் அவனை

மாதிரிதான் பேசறல.. என் நிலைமையில் இருந்து யாருக்கும் புரியலையில “

“நான் பிறந்ததே சாபம்… நான் சொல்ல வரத என்ன பிரச்சனை னு யாருமே முழுசா கேட்காம தான் அட்வைஸ் செய்வீங்களா. நான் அட்வைஸ் எதிர் பார்க்கலை. டிரஸ்ட் எதிர்பார்த்தேன். நான் பொய்யில்ல னு என்னவனுக்கு நிரூபிக்க நினைத்தேன். நான் வேண்ட.. தனிமையும் கண்ணீரும் தான் எனக்குனு எழுதி வச்சிருக்கு. நான் அது கூடவே இருந்துக்கறேன். தேங்க் யூ டாக்டர் “என்று கூறி பயத்தோடு அந்த ரோட்டை கிராஸ் பண்ணி ....

அந்த ஜூஸ் கடைக்கு சென்று பார்த்தவளின் கண்கள் விரிந்துக்கொண்டன .

“ஓய் டார்லிங் சொன்னது போல மூணு மிஷின் போட்டுட்ட போல. பாருடா வெள்ளை வேட்டி சட்டை எல்லாம் கலக்குது வா நாம் செல்பி எடுத்துக்கலாம் “இவளின் ஆக்டிவிட்டிஸ் பார்த்துக்கொண்டு நின்றிருந்த இனியாவுக்கு புரிந்தது ஒன்று தான். இன்று சொன்னதை விட. இன்னும் நிறைய வலிகள் அவளுள் இருக்கு… அதை சரி செய்யனும். அட்வைஸ் இவளுக்கு

பிடிக்கலை என்பதை மனதில் குறித்துக்கொண்டான் இனியா.

அந்த தாத்தாவிடம் நன்றாக பேசிவிட்டு இரண்டு பெரிய கிளாஸ் நிறைய ஜூஸ் குடித்து பஸ் ஏறும் வரை இனியா பார்த்துவிட்டு மருத்துவமனைக்கு சென்றவன் மனதில் உத்ராவை பற்றி நிறைய குழப்பங்கள்.

"அவள் பிரச்சனையை இப்போ தான் சொல்ல வந்திருக்கா கூடிய சீக்கரமா.அனைத்தையும் தெரிந்துகொள்ள வேண்டும்" என நினைத்தவன் அவளது மனதை படித்திருந்தான்.

நாளை வேலை விட்டதும் இங்கு தன்னை தேடித்தான் அவள் வருவாள் முடிந்த அளவுக்கு சீக்கிரமே அவளிடம் விஷயத்தை வாங்கனும் என்றவன் மாலை வீட்டுக்கு செல்ல.

அங்கு உத்ரா அம்முவிடம் பேசிக்கொண்டே கேரட் சாப்பிட்டுக்கொண்டிருந்தாள்.

இனியாவை பார்த்தும் பார்க்காதது போல அம்முவிடம் தீவிரமாக ஏதோ பேசுவது போல பாவனை காட்டிக்கொண்டிருந்தாள்.

'''எப்படி நடிக்குது பாரு வாலு பாப்பா'' என்று நினைத்தவன் அம்மு அழுதுக்கொண்டே வெட்டிக்கொண்டிருக்கும் வெங்காயம் வெட்ட உதவி செய்ய.

இருவருக்கும் தனிமை அளிக்க… அங்கிருந்து நழுவினாள் உத்ரா.

"கவுன்சிலிங் எப்படி போச்சி…" அம்மு இனியாவை ஒரு திகிலோடு பார்க்க.

"அது நல்லாத்தான் போச்சு… பட் ஒரு அட்வைஸ் போட்டேன் கோச்சிக்கிட்டா.. அந்த குட்டை மிளகாய் "

"பெண்ணுகங்களுக்கு னு ஒரு மனமிருக்கும்… கோபமா இருக்கும்போதும்.. விரக்தியா இருக்கும்போதும் பாசம் ஆறுதல் தான்

வேணும்··· அந்த அன்பை, காதலை வேணா வேணானு அவங்க சொல்றவரை கொடுத்துட்டு··· பாசமா சைடு கேப்ல அட்வைஸ் செஞ்சா ஏத்துப்பாங்க.. இதுவே கோபமா., டவுனா இருக்கும் போது சொன்னா , அவ்வளவு தான் வெடிச்சிடுவாங்க" என அம்மு நீண்ட ஒரு பிரசங்கம் கொடுக்க.

"நீ டென்டிஸ்ட் படிக்காம பேசாம சைகார்டிஸ்ட் -க்கு படிச்சியிருக்கலாம் "

"போதும் போதும் புலம்பியது···இது கொண்டு போய் டேபில்ல வைங்க ஒன்னா சாப்பிடலாம் "

"'எங்க உத்ரா ' வீட்டில் உள்ளே இருப்பது போல இல்லை." வெளியே நடந்து கொண்டிருப்பவளின் அருகில் வந்து "சாரி ..." என கூறினான்

" சிட்டில எவ்வளவு பெரிய டாக்டர்... நீங்க போய்.... அதும் இந்த பைத்தியக்கார பேசன்ட் கிட்ட சாரி எல்லாம் சொல்லிட்டு "

“அப்படி பேசாத உத்ரா…”

“போய் பொண்டாட்டிக்கு வெங்காயம் வெட்டுங்க அதை விட்டுட்டு இங்க வந்து வெட்டி கதை பேசிட்டு “உத்ரா அவனை முறைத்துவிட்டு சென்றாள்.

ஒரு வழியாக இரவு உணவு சாப்பிட்டு முடித்து அமர்ந்திருக்க.. இனியா வெளியே சென்று அவளுக்கு பிடித்த சாக்லேட் ஐஸ்கிரீம் ஒரு சிறு கூடை நிறைய வாங்கி வந்து சமாதானம் படுத்தியவுடன்தான் அமைதியா ஆனாள் உத்ரா.

"இவ கோச்சிக்கிட்டா.. சமாதானம் படுத்த ஆயிரக்கணக்கா செலவு செய்யனும் போலவே" ‘என நினைத்தவன் வெளிப்படையாக சொல்ல...

“கொஞ்சம் தான் கோபம் போயிருக்கு.... வாய் ஓவரா பேசாதே… புரியுதா அப்புறம் திரும்ப கோச்சிப்பேன் “என்றவள் முகத்தில் சாக்லேட்டை அப்பியது கூட தெரியாமல் சாப்பிட்டு கொண்டு இனியாவை இனிமையாக மிரட்டினாள் உத்ரா.

நாளைக்காக இனியா காத்திருந்தான் உத்ராவின் காயம்பட்ட மனதை படிக்க.

உத்ராவுக்கு மனதிலிருந்த கொஞ்ச பாரத்தை இறக்கி வைத்தார் போலிருந்தது.

பல நாள் கழித்து உத்ரா நிம்மதியாக தூங்கினாள்.

அடுத்த நாள் நன்றாக விடிந்தது. ஆனால் மனதில் இருந்த மீதியை இறக்கிவைக்க.. வேலைக்கு போகாமல் காலையிலேயே சென்றாள் இனியாவை பார்க்க.

அன்று ..உத்ரா மனதிலிருப்பதை கொட்டியப்பின் இனியாவின் மன பாரம் ஏறிப்போகும் என கொஞ்சமும் எதிர்ப்பார்க்காத நிகழ்வுகள் நடக்கயிருப்பது தெரியாமல் அம்முவிடம் சொல்லிவிட்டு உற்சாகமாக மருத்துவமனைக்கு வந்தான்……

……………………………………

அத்தியாயம்-16

கீர்க் என்று பிரேக் பிடித்த சத்தம்…

சரவணன் பின் சீட்டில் அமர்ந்திருந்தவன் ஒரு நொடி முன் பக்கம் வந்து சென்றான் அப்போது தான் அவன் சுய நினைவுக்கு வந்து தன்னை சுற்றி நிகழ்வதை பற்றி உணர்ந்தான்….

"ஸார் ஸார் " என்று மறுபடியும் அழைத்தான் அந்த டிரைவர்….

"ம்ம் எதுக்குப்பா காரை நிறுத்துன…."

"இல்ல ஸார் முன்னாடி நாய் வந்திருச்சு அதான் ஸார் பிரேக் போட்டன் …."

"சரி எதுக்கு கூப்பிட்ட"…..

"இல்ல ஸார் உங்கப் போன் மின்ன இருந்து அடிச்சுட்டே இருக்கு ஸார்…"

"எல்லாம் எனக்கு தெரியும்யா நீ ரோட்டப் பார்த்து வண்டியை ஓட்டு…."

"ஸாரி ஸார் நீங்க எப்பவும் மாதிரி இல்லாம இன்னைக்கு ரொம்ப யோசனையாவே இருந்திங்க ஸார் அதான் ஸார் எதுனா பிராப்ளமான்னு கேட்களான்னு தான் ஸார் கூப்பிட்டன்…"

"ஓகே ப்பா அதெல்லாம் எந்தப் பிராப்ளம் இல்லை நீ வண்டியை மட்டும் ஓட்டுப்பா…."

அந்தப் பக்கம்….

ரயில் நிலையத்தில்……

டீ யி ஒ அவர்கள் ரயில் நிலையத்தில் அமர்ந்து இருந்தார்….

சிறிது நேரத்தில் அங்கே ஒருவன் வாக்கி டாக்கியில் பேசி கொண்டே வெளியே வந்தான் யார் என்றால் அவன் ஒரு ஸ்டேஷன் மாஸ்டர்……

வெளியே வந்தவன் இவர் அமர்ந்திருப்பதை பார்த்தவன் வேகமாக அவரை நோக்கி ஓடி வந்தான்….

ஓடி வந்தவன் நேராக வந்து இவரது காலில் விழுந்தான் இவருக்கு ஒரே அதிசயம் மற்றும் ஆச்சரியம்…

உடனே அவனை தூக்கி விட்டார்…

"யாருப்பா நீ…"

"எதுக்குப்பா நீ என் கால்ல எல்லாம் விழுற"

"ஸார் நீங்க நாகராஜ் ஸார் தானே ஸார்…."

“ஆமாப்பா உனக்கு என்னப்பா வேணும்….”

“ஸார் என்னை தெரியலைங்கிலா….?”

“இல்லப்பா தெரியலப்பா…”

“ஸார் நான் தான் ஸார் கிச்சா உங்களுக்கு பிடித்த ஸ்டூடன்ட் ஸார்…”.

“வாடா கிச்சா எப்படி டா இருக்க…”

“என்னடா பன்னுற கல்யாணம் ஆச்சா”

“என்னா வேளையில இருக்க..”

“ஸார் நான் இப்போ இந்த ஸ்டேஷன் மாஸ்டர் ஸார்…”

“கல்யாணம் இன்னும் நடக்கல ஸார்….”

"நேத்து தான் ஸார் இங்கே சென்னைக்கு வந்தன். இதுக்கு முன்னாடி மகாராஷ்டிராவுள ஸ்டேஷன் மாஸ்டாரா இருந்துட்டு நேத்து தான் ஸார் டிரான்ஸ்பர் வாங்கிட்டு வந்தன்…"

"இப்போ வீட்டில பொண்ணு பாத்துட்டு இருக்காங்க ஸார்…."

"நீங்க என்ன.ஸார் இந்தப் பக்கம்…"

"அட ஸ்கூல்ல டீயிஓ நானு மத்த ஸ்கூல் எச் எம் எல்லாத்தையும் கூப்பிட்டு ஒரு சின்ன மீட்டிங் போட வேண்டியது வந்துருச்சு ப்பா. அதான் கொஞ்சம் லேட் ஆச்சு".

"ஓகே ஸார் வாங்க வீட்டுக்கா போயிட்டு வரலாம் ஸார்…."

"இல்லப்பா எனக்கு சுகர் வேற மாத்திரை எல்லாம் வேலா வேலைக்கு போடனும் அதனால் நான் என் வீட்டுக்கு போகனும்…."

"இன்னொரு நாள் ஃபிரியா இருக்கும் போது நானே உன் வீட்டுக்கு வரேன் ப்பா…."

நாகராஜ் செல்லும் டிரைன் தூரத்தில் ஒலி எழுப்பி கொண்டே வேகமாக ஸ்டேஷனை நோக்கி வந்தது….

"இதோ நான் போக வேண்டிய ரயில் வந்துருச்சுப்பா நான் போயிட்டு வரேன்ம்பா.."

"சரிங்க ஸார்…."

"பார்த்து பத்திரமாக போயிட்டு வாங்க ஸார்…."

"ம்ம் சரிப்பா…".

டிரெயின் அங்கு வந்து நின்றவுடன்…..

நாகராஜும் அதில் ஏறி கிளம்பினான்….

டிரெயினில் ஏறியவுடன் நாகராஜ் ஒரு இருக்கையில் அமர்ந்து கொண்டு இரு

கண்களையும் மூடிக்கொண்டு உறக்கத்தை நோக்கி செல்ல ஆரம்பித்தான்….

அவர் சென்ற அந்த இரயிலில் அன்றைக்கு என்று ஒருவர் கூட இல்லை அந்த ரயிலை ஓட்டும் ஓட்டுநர். பின்னால் இருக்கும் அந்த சிக்னல் தருபவரும் அப்புறம் இரண்டு டி. டியார்களும் மற்றும் ஒருவனும் அந்த ரயிலில் பயணம் செய்தனர்…

அந்த ஒருவன் வெள்ளை கலர் ரெயின் கோர்ட் போட்டு கொண்டு நாகராஜ் சீட்டில் இருந்து ஒரு இருபது சீட் தள்ளி அந்த அமர்ந்திருந்தான்….

கையில் ஒரு இரும்பு ராடை எடுத்து தட் தட் என்று தரையை தட்டிக் கொண்டு இருந்தான்….

இந்தப் பக்கம்….

சரவணன் காரில் வந்து கொண்டு இருக்கும் போது ஆர்த்தி தொடர்ந்து அழைத்து கொண்டு இருந்தது நின்றது….

ஓரிரு சில நிமிடங்கள் கழித்து வேறொரு புதிய நம்பரிலிருந்து கால் வந்தது….

அதைக் கண்டவுடன் அவனுக்கு ஒருவிதமான பதட்டம் அவனுள் உதித்தது அதை அவன் வெளியே காண்பிக்காமல் அந்தக் காலை அட்டன் செய்தான்….

ஹலோ என்று ஒரு விதமான ஒரு மெல்லிய குரலில் சரவணன் பேசினான்….

''ஹலோ சைக்கார்டிஸ்ட் சரவணன்…''

''எஸ்... நான் தான் ஸார் பேசுறேன்... நீங்க யாரு…''.

''நாங்க சீ பி ஐ ஆப்பிஸில் இருந்து பேசுறோம் ஸார்…''.

ஒரு நிமிடத்தில் இவனுக்கு உடல் எல்லாம் வேர்க்க ஆரம்பித்தது. கை கால்கள் எல்லாம்

நடுங்க ஆரம்பித்தது ஆனால் இவையெல்லாம் அவன் வெளியே காட்டிக் கொள்ளவில்லை…..

இவனது குரலில் உள்ள ஒருவிதமான நடுக்கத்தை கூட வெளியே காண்பிக்காமல் பேச தொடங்கினான்…

"சொல்லுங்க ஸார் என்ன விசியம்….''

"ஸார் உங்க மேல ஒரு கேஸ் வந்திருக்கு.. உங்களை நேர்ல பாக்கணும் ..''

"என் மேலையா.... கேஸ்ஸா... '' என்று ஒரு விதமான அதிர்ச்சி , ஒரு விதமான பயம் அவன் கண்ணில் வந்து தாண்டவம் ஆடியது…

இருந்தும் அதை எதையும் வெளியே காட்டி கொள்ளாமல். அவன் தொடர்ந்து பேச ஆரம்பித்தான்.

"ஸார் நீங்க தப்பான ஆளுக்கிட்ட பேசுறிங்கன்னு நினைக்கிறேன்.''

"இல்லைங்க நீங்க சைக்கார்டிஸ்ட்.. டாக்டர் சரவணன் தானே.."

"ஆமாங்க நான் டாக்டர் சரவணன் தான் ...."

"என்ன கேஸ் ..?"

"நீங்க டீரிட்மென்ட் க்கு வர்றவங்ககிட்ட அவங்க பாஸ்ட் எல்லாம் கேட்டு தெரிஞ்சுக்கிட்டு பிளாக்மெயில் பண்றதா ஒரு காம்ப்லெய்ன்ட் வந்திருக்கு ..."

"ஸார் உங்களுக்கு யாரோ தப்பா இன்பர்மேஷன் தந்திருப்பாங்க ஸார்.

ஸார் அந்த மாதிரி குடும்பத்தில் இருந்து நாங்க பிறக்கல ஸார்…".

"நான் ரொம்ப நல்லவன் ஸார் அந்த மாதிரி கேரக்டர் இல்ல ஸார் ஒரு டாக்டர் இந்த மாதிரி பன்னுவாங்களா ஸார்..."

"இப்போ படிச்சவங்கதான் சார் கிரிம்னலா இருக்காங்க இந்த மாதிரி எக்ஸ்கியுஸ் எல்லாம்

சொல்லாதிங்க ஸார் உங்க மேலே ஸ்டாராங்கா கேஸ் பைல் ஆகி இருக்கு ஸார்…அண்ட் வி ஹாவ் எவிடென்ஸ் ...''

"நீங்க நேர்ல வந்து ஆஜராகானும் ஸார்…."

அந்தப் பக்கம் ரயிலில்…

நாகராஜ் உறங்கி கொண்டிருக்க…

அந்த இரும்பு ராடை தட்டிக் கொண்டிருந்தவன். எழுந்து மெல்ல மெல்ல நாகராஜை நோக்கி தரையில் அந்த ராடை இழுத்து கொண்டே வந்தான்….

ர்ர்ர்ர்ர்ர் ....ர்ர்ர்ர்ர் என்று ஒரு சத்தம்…

நாகராஜின் போன் வைப்ரேட் ஆனது…

உறக்கத்தில் இருந்த நாகராஜ் எழுந்தார்…

பின்புறம் அந்த ராடை தரையில் இழுத்தப்படி தேய்த்து கொண்டு வந்தவன் ஒரு நிமிஷம் நின்று அவன் விழித்ததை கண்டு அப்படியே பின் நோக்கி சென்று அவன் இருக்கையிலே அமர்ந்தான்…

இங்கே சரவணன் போனில்…

சில விநாடிகள் யோசித்து விட்டு ஸார் எந்த ஸ்டேஸனுக்கு வரனும் ஸார் ..என கேட்க…

அந்தப் பக்கம் சில நொடிகள் மௌனம் சாதித்து விட்டு ....

"ம்ம்ம்ம்... ரயில்வே ஸ்டேஷனுக்கு வரியா" என்று..

சரவணன் சுதாரித்து கொண்டு "ஹலோ யாருங்க அது ... என்னா விளையாடுறிங்களா..." என்று அதட்டல் குறலில் கேட்டான்….டிரைவர்

காரின் வேகத்தை குறைத்தான் ...அவனிடம் சரவணன் போ என் சைகை காட்டினான் ...

"ஆமா விளையாடிட்டுதான் இருக்கேன் முடிஞ்சா யாருன்னு கண்டுப்பிடி பார்ப்போம்…"

"தெரியலையே யாருன்னு சொல்லுங்க பிளிஸ்…"

"நீ தான் டாக்டர் ஆச்சே கண்டுபிடிப் பார்க்கலாம்.."

"ஐயோ உண்மையா சொல்றேன் நீங்க யாருன்னே தெரியலை சொல்லுங்க பிளிஸ்…"

"டேய் உண்மையாளுமே தெரியலையா நான் யாருன்னு நல்லா யோசிச்சு பாருடா…"

"ஆன்ன்... கண்டுபுடிச்சட்டன்டா நீ கார்த்தி தானே.... எப்டி டா இருக்க உன் பொண்டாட்டி புள்ளைங்க எல்லாம் எப்டிடா இருக்காங்க…"

"ம்ம்ம் நாராசமா இருக்காங்க...... டேய் ஒரு அரை மணி நேரமா உன்கிட்ட பேசுறேன் என் வாய்ஸ் கூடவா உனக்கு தெரியலை…."

"ஆமா இவரு பெரிய எஸ் பி பி இவரு பேசனா பாடுனா ஈசியா கண்டுபுடிக்கறதுக்கு... போடாங்க யாருன்னு தெரிஞ்சா சொல்ல மாட்டோமா…"

"டேய் நான் தான் டா ஆரியன்…"

"ம்ம் எப்படிடா இருக்க…"

"நான் நல்லா தான்டா இருக்கேன் என்னா சும்மா பிராங்க் பன்னதுக்கே ஆடி போய்ட்ட போல…"

"அடேய்.. நீ தான் ன்னு எனக்கு பர்ஸ்டே தெரியும் அத உன் வாயாலே சொல்ல வச்சன் பார்த்தியா அதான்.. நான்…"

"ஆமாடா நீ ஒரு சைக்கார்டிஸ்ட்ன்னு நான் ஒத்துக்கரன் டா…"

போனை நெற்றியில் வைத்து லைட்டா வெட்க்கப்பட்டு அப்புறம் பேச ஆரம்பித்தான் டாக்டர் சரவணன்…

"சரி சொல்லுடா எப்படிடா இருக்க. என சரவணன் கேட்க."

"ஆமான்டா இன்னும் உயிரோட இருக்கியா? இல்லையா? அப்படின்னு கேக்குற மாதிரி இருக்குடா . நாலு வருஷம் ஆச்சு... நீ என்கிட்ட பேசி ஒரு போன் பன்னனும்னு தோனுச்சாடா" என ஆரியன் கேட்க...

"டேய் நீ காலேஜ் படிக்கும் போது ஒரு நம்பரை தந்தயே அதை என்னாடா பன்ன." என சரவணன் ஆரியனை போனில் கேட்டான்…

"ஓ ஸாரி டா அந்த நம்பரை மாத்திட்டன் டா…"

"அதெல்லாம் ஒன்னும் பிராப்ளம் இல்லை இப்பவாச்சும் என் நியாபகம் வந்து எனக்கு கால் பன்னையே அதே பெரிய விசியம்…"

"டேய் ஏன்டா இப்படி…"

"சரி டா... நீ என்னடா வேலையில இருக்க…"

"அதான் ஸ்டார்ர்டிங்களே சொன்னேனே…."

"என்னான்னு..... சிபிஐ ஆப்பிஸர்ன்னு ஒரு கதை அழந்து விட்டையே அதுவா..... நீ வேற காமெடி பன்னிட்டு இருக்க…"

"டேய் உண்மையா சொல்லறன்டா நான் ஒரு சிபிஐ ஆபிஸர் தான் டா.."

"ஆஹான் ஆஹான் நம்பிட்டன் டா…"

"போடா நீ நம்பனா நம்பு இல்லாட்டி போ.."

“டேய் டேய் கோச்சுக்காதாடா நான் சும்மா தான் சொன்னேன்…”

“என்னா விசேசம் கால் வேற பன்னிட்டு இருக்க…”.

ரயில் நாகராஜ் இறங்க வேண்டிய இடமான இராயபுரம் ஸ்டேஸனுக்கு வந்து சேர்ந்தது ஆனால் அங்கே யாரும் இறங்கவில்லை.....

அத்தியாயம்-17

இனியா மருத்துவமனைக்கு வருவதற்கு முன்னதாகவே.. உத்ரா அவனது அறையில் அமர்ந்திருக்க.

''என்ன எனக்கு முன்னாடி வந்து உட்கார்ந்திருக்க''

"மேடம் கோபமா போன வேகத்தை பார்த்து திரும்ப இந்த பக்கம் தலை கூட வச்சி படுக்க மாட்டிங்கனு நினைச்சேன்..."இனியா அவனது பையை அருகிலிருந்த மேஜையில் வத்து ஒரு புன்முறுவலோடு உத்ராவுக்கு எதிரில் தனது இருக்கையில் சாய்ந்து உட்கார்ந்து கேலி செய்ய துவங்க...

''உத்ரா இவனை முதலிலே அடக்கலைனா.. உன்னை வச்சி செஞ்சிடுவான்' 'என்று மனதில் நினைத்தவள். அவனை மிரட்ட துவங்கினாள்.

"சரி சரி.. விடு ஏதோ கோபம்.. அப்படி பேசிட்டேன் இன்னும் ஒரு முறை இதை வச்சி கிண்டல் செஞ்சா.. நான் எழுந்து போய்டுவேன்.. என்ன புரியுதா.. நான் போயிட்டா உனக்கு தான்

நஷ்டம் " உத்ரா விரல்களை நீட்டி அவன் கண் முன்னே அசைத்து எச்சரிக்க...

இனியா ஒரு அடி பின் நகர்ந்தவன் "ஏய் அந்த கையை எடு. முதல்ல நகம் பட்டு என் கண்ணு போய்யிட போகுது " அவளது நகம் பற்றி பேசியதும்..உத்ராவின் முகத்தில் ஒரு மாற்றம்.. வேகமாக தான் ஆசை ஆசையாக முதல் முதலில் வளர்த்து வைத்திருந்த தன் நகங்களை கடித்து துவம்சம் செய்து கொண்டிருந்தாள்.

அவள் விரல்களில் ரத்தம் வரும் வரை தொடர்ந்தது.. அவளது நகம் கடிக்கும் செயல்.

இனியா.. உத்ராவின் செயலை கூர்ந்து கவனித்தான்.. அவள் கடிக்கும் சத்தம் அந்த அறையில் எதிரொலித்தது..

"உத்ரா..."முதலில் மெதுவாக கூப்பிட்டவன்.. "உத்ரா."'.. "ஏய் உத்ரா." என அந்த அறை அதிர்வது போல கத்த... உத்ரா துள்ளி விழுந்தாள் கெட்ட கனவில் இருந்து மீண்டது போல.

இனிப்பு திருடிய குழந்தை போல முழிப்பவளின் கைகளை ஆதரவாக பிடித்து.."என்னாச்சி.. ?"

இரண்டு நிமடம் தன்னை சமன் படுத்திக்கொண்டு...அவளை இயல்பு நிலைக்கு கொண்டுவர..

"சரிதான்... இப்படி என்னை மிரட்டி மிரட்டி சரி கட்டிடு..தெய்வமே உன்னோட இந்த டிரிக்கை என் தங்கமான பொண்டாட்டிகிட்ட சொல்லி கொடுத்துடாத.... வீட்டுக்கு ஒரு அருந்த வாலு இருந்தா போதும் தெய்வமே " என்று இனியா பதற்றம் அப்பட்டமாக தெரிந்தது.

"சரி சரி பொழைச்சி போ... உன்கிட்ட நிறைய பேசனும் இனியா"

"அதுக்கு தான வந்திருக்க.. நான் பாத்துக்கறேன் மிஸ் டெவில் "

இனியா ஊசி எடுக்க.. உத்ரா அவனை தடுக்க என்ன என்பது போல இனியா உத்ராவை பார்க்க.

"ஊசி,இந்த மருந்து எதும் இல்லாமலே .. என் அண்ணாகிட்ட சொல்வது போல சொல்லனும் "

"சரி இங்க ஓகே வா.... இல்ல.. வெளியே எங்கும் போகலாமா ?"

"சேட் பார்ட் இங்க முடிச்சிட்டு என்னோட ஹாப்பி பார்ட்க்கு வெளியே போய்யிடலாம்"

"சரி சொல்லு.. அன்னைக்கு ஊருக்கு போன அப்போது என்ன ஆச்சி ? யாராவது தப்பா நடந்துகிட்டாங்களா ? " "ம்ம்" என தலை ஆட்டியவள் அன்று நடந்த அந்த விஷயத்தை

மனதில் மீட்ட பிடிக்காதவள்... இதை முடித்தாகவேண்டு என்று தன் மனதை கல்லாக்கிக்கொண்டு சொல்ல துவங்கினான்.

"ஊருக்கு போயிருந்தேன்.. அப்போ நான் ரொம்ப குட்டியா இருந்தேன்... எப்படி என் மேல அந்த பையனுக்கு அப்படி எண்ணம் வந்ததுனு தெரியலை."

"திருவிழா நல்லபடியா போய்யிட்டிருந்தது.. எனக்கு அந்த அண்ணா என்றால் ரொம்ப இஷ்டம். நல்லா பேசுவாங்க ஊருல இருக்கும் எல்லா இடத்தையும் சுத்தி காட்டுவாங்க. மனசு நிறைஞ்சி இருக்கும். அந்த அண்ணா கூட இருந்த அப்போ அவங்க 12 முடிச்சி இருந்தாங்க. "

"எனக்கு கூட்டத்தை சில தினங்களாக பார்த்து ஒரே அழுப்பா இருந்தது. அதனால வீட்டில விளையாடிட்டு இருந்தேன். கொஞ்ச நேரத்துல மழை வருவதற்கு அறிகுறியா செம காத்து... பட்டம் விட்டா செமையா பறக்கும் னு பட்டத்தை எடுத்துட்டு மாடிமேல் போய் பட்டம் விட தெரியலை அதனால பட்டத்தை பிடிச்சிட்டு அந்த மொட்டை மாடியில், பட்டத்தின் நூலை பிடித்து அங்குமிங்கும் ஓடிட்டு பட்டத்தை பறக்கவிட்டுட்டிருக்க. அங்கே அந்த ராட்சச மிருகம் வந்தது. தனது தேன் தடவிய

வார்த்தையில் பேச துவங்கினான்... அவன் வந்த உற்சாகத்தில் "

"அண்ணா வாங்க பட்டம் விடலாம்... உற்சாகமாக ஓடிவந்தேன் அவனருகில் பட்டத்தின் நுனியை பிடித்து."

"என்ன செஞ்சிட்டிருக்க உத்ரா .. என் அருகில் வந்தவன். நான் பட்டம் விட தெரியாமல் நூலை பிடித்து ஓடுவதை பார்த்து "பட்டம் இப்படி விட கூடாது வா நான் உனக்கு சொல்லி தரேன் "என்று என்னை முன் நிறுத்தி சொல்லிக்கொடுக்க துவங்கினான். "

"இவ்வளவு நாள் அவனது நெருக்கம் என்னை பாதிக்கவில்லை.. ஆனால் அன்று அவன் தொடுவதில் ஒரு அருவெறுப்பு தோன்றியது. "பேட் டச்" என் அம்மா சிறு வயதிலேயே சொல்லி தந்திருந்தது நினைவு வர..."

"அண்ணா இது பேட் டச் .." என்று அங்கிருந்து ஓட பார்த்த என்னை வழுக்கட்டாயமாக பிடித்திலுத்து என் உதட்டில் ஆக்ரோஷமாக முத்தம் கொடுக்க. எனக்கு அது அருவெறுப்பை தந்தது. அவனை முழு பலம் கொண்டு தள்ளிவிட்டுவிட்டு. மாடிப்படியில் இறங்கும்

போதே.. மழை தூரத்துவங்கியது.. என்கண்களில் கண்ணீர் என் உடலை எனக்கு பிடிக்கவில்லை . அவன் தொட்ட அருவெறுப்பு இன்னும் உடலில் மிஞ்சியிருப்பது போல பிம்பம். அவனது எச்சில் பட்ட எனது உதடுகளை வெறுத்தேன்.. என் மனம் போலவே.. சற்று முன் அருந்த அந்த பட்டம்.. புயல் காற்றில் அங்குமிங்கும்... அடிந்து சென்றது... அந்த காற்றில் பட்டு கிழிந்த பட்டம் போல என் மனம் என்னை அந்த சிறுவயதில் கிழித்தது. அவன் செய்த செயலால் ஒட்டு மொத்த ஆண்களையும் நான் வெறுக்க காரணமாக அமைந்தது. "

"எனது கண்ணாடி இதயத்தில் விரிசல் விழத்துவங்கியது... என்னையே வெருத்தேன்.. என் தோளை பிடிக்கவில்லை.. தீயில் பொசுக்க வேண்டும் என்ற எண்ணம் வந்தது.. இது எல்லாம் என்ன என்று பிரிந்துக்கொள்ள முடியாவிட்டாலும்.. பேட் டச்.. அதனால் ஏற்பட்ட அருவெறுப்பை தாங்க முடியாமல் நெருப்பில் பட்ட புலுவை போல துடித்தேன்."

"என்னால் ஒரு நிலையில் இருக்க முடியவில்லை. நான் வேகமாக மாடிப்படியில் இறங்க.. அந்த மிருகம் மேலிருந்து என்னை பார்த்து..."யார் கிட்டையாவதே நீ சொன்னாலும் நம்பமாட்டாங்க...அப்படியே வந்து என்னிடம்

கெட்டா.. பாசமா முத்தம் கொடுத்தா... பாப்பா ஏதேதோ பேசுதுனு சொல்லிடுவேன் "என்று அவன் சொன்ன வார்த்தை என் காதில் கேட்டுக்கொண்டுயிருந்தது. மழையில் உயிரற்ற உடல் போல நடந்தேன்."

"கீழே வருவதற்குள்... முழுவதும் நனைந்துவிட்டேன்."

" வீட்டின் வாசலில் வந்த போது. அப்போது தான் கோவிலில் புஜை முடித்து வந்த என் அப்பா என்னை பார்த்து திட்ட துவங்கினார். "

"புது மழைக்கு எதாவது உடலுக்கு வந்துவிடும் என்ற பதற்றம் அவருக்கு."

"பாப்பா என்ன இப்படி நனைந்து வந்திருக்க... வா துடைத்துவிடுறேன்.. " என்னை அழைத்துக்கொண்டு உள்ளே என் ஆடையை மாற்றிவிட. சிலையாக நின்றிருந்தேன். தலை துவட்டும் என் அப்பாவின் பரிசம் ஒரு வித ஒவ்வாமைமயை தந்தது...எனக்கு."

"சிறிதாக இருந்த நான் அன்னாந்து அப்பாவை பார்க்க. சாதாரணமாக இருந்த அவரின் முகம் விகாரமாக மாறியது.. நீண்ட பற்கள், நீண்ட நகம்.. என்று அந்த கொடூர காட்சி, என்னை மிரள வைத்தது."

"என் அப்பா பேசும் பாசமான பேச்சுகள் அனைத்தும் எனக்கு வேறு விதமாக காதுக்குள் கேட்டது, எடுத்துக்காட்டுக்கு.. "உன்னை சாப்பிட போறேன்.. உன் ரத்தத்தை குடிக்க போறேன்... "அவர் பாசமாக தலை துவட்டிவிடுது.. கூட எனக்கு பயம் கிளப்பியது.. அவனது அந்த தவறான தொடுகை தான் நினைவில் வந்துக்கொணாடிருந்தது. பல நாள் தூக்கமில்லாமல் தவித்தேன். எந்த ஒரு ஆண் பார்த்தாலும், ஒரு விகாரமான முகம் தோன்றும்.. என்னை பயப்படுத்தும். தனிமை என்னை சித்திரவதை படுத்தியது."

"அந்த தவறான தொடுகை.. என் இதயத்தை மறுக்க செய்தது. அவன் அன்று தொட்ட இடங்கள் எல்லாம். உப்பி அதிலிருந்து துர்நாற்றம் வருவது போல பிம்பம் தோன்ற துவங்கியது. '

"அந்த அசிங்கத்தை கழுவ... தனிமையில் கண்ணீர் ஆறாக என் உடலை நனைக்கும்.. கண்ணீரை கையில் எடுத்து அவன் தவறாக தொட்ட இடத்தில் கண்ணீர் பட்டு தெரித்த போது... "உத்ரா நம்ம கண்ணீர் அந்த அசிங்கத்தை கழுவிடுச்சி... அந்த அசிங்கம் போயிடுச்சி... போயிடுச்சி..." வாயால் சொல்ல.

ஆனால் இன்னும் அந்த அருவெறுப்பு என் உடம்பில் தான் இருக்கு... "

அவன் சுவைத்த இதழ்களை வெறுத்தவள். அவன் எச்சில் உதட்டில் தேங்கியருக்கு.. என எண்ணி பல முறை கழுவியவளுக்கு, இன்னும் இன்னும் எச்சில் இருக்கு என அதற்கும் சேர்த்து கண்ணீர் வடிதாள் . பல முறை ரத்தம் வரும் அளவுக்கு உதட்டின் மேலுள்ள தோளை பிய்த்து அந்த ரத்த சுவை நாவில் படும் போதேல்லாம் ஒரு எண்ணம் தோன்றும் அவனது எச்சில் போய்விட்டது .. என்று... ஆனால் மறு முறை தோல் வளர்ந்ததும் அந்த பழைய எண்ணம்.. அந்த எச்சிலை நினைவுக்கு வர.. அழுது தீர்த்தாள்.. மீண்டும் மீண்டும் அந்த தோலை பீய்த்து அந்த ரத்த சுவை பட்டதும் ஒரு நிம்மதி .. அந்த ரத்த சுவை எப்போதும் இருக்க வேண்டும் அவளுக்கு.. அவன் செய்த தவறுக்கு தனக்கு தானே தண்டனை கொடுக்க துவங்கினாள் உத்ரா.

அப்பாவின் செல்ல மகள் அவரை விட்டு விலகினாள்... இப்படியே கோடை விடுமுறை முடிய.

ஒன்பதாம் வகுப்புக்கு அதே பள்ளியில் சேர்ந்தாள்... அந்த வருடம் உதயா என்று ஒரு பெண் வந்து சேர்ந்தாள்.

உத்ராவின் மனதை உடைக்க வந்த அடுத்த ஜீவன்......

அத்தியாயம்-18

"ஹலோ..யாரு ... நான் மைலாப்பூர் இன்ஸ்பெக்டர் சக்திவேல் பேசுறேன் நீங்க யாரு….."

"ஸார் நான் சைதாப்பேட்டை இன்ஸ்பெக்டர் பேசுறேன் ஸார்…"

"ம்ம்ம் சொல்லுங்க ஸார்…".

"ஸார் நீங்க தானே அந்த பீச் கேஸ்- அ ஹாண்டல் பண்றது ..."

"ஆமா ஸார்…

அந்த கேஸ் தான் ஸார் இப்போ ரொம்ப தல வலியா இருக்கு ஸார்…

ஒரு குழு கூட கிடைக்காம இருக்கு ஸார் அடுத்து என்ன மூவ் பண்றதுன்னு தெரியல ஸார்….."

"ஸார் அந்த கேஸ் விசியமா தான் பேசுனும் ஸார்…"

"ம்ம் சொல்லுங்க ஸார்….."

"இங்கே சைதாப்பேட்டை குப்பத்தில இருக்குற ஒரு குப்பை மேட்டில் ஒரு உடலை சிறு சிறு துண்டுகளாக நறுக்கி ஒரு கருப்பு கலர் கவர்ல போட்டு இருக்காங்க ஸார்."

"இதுக்கு தல இல்ல ஸார் அதான் ஸார் உங்க கேஸ்க்கு யூஸ் ஆகுமான்னு உங்களுக்கு டைடல்ஸ் சொன்னன் ஸார்…"என சைதாப்பேட்டை இன்ஸ்பெக்டர் கூறினார்

"ஓ... ஓகே நான் இன்னும் ஒரு பத்து நிமிஷத்தில ஸ்பாட்டுக்கு வந்துடறன் ஸார்.."

மைலாப்பூர் ஸ்டேஷனில் இருந்து சைதாப்பேட்டைக்கு கிளம்புவதற்காக

அங்கிருந்து புறப்பட ரெடி ஆகினான் இன்ஸ்பெக்டர் சக்திவேல்

வலசரவாக்கம் காவல் நிலையத்தில்..

இன்ஸ்பெக்டர் கணேசன்…

"யோவ் ஏட்டு என்னாய இவனுங்கள பண்றது என இன்ஸ்பெக்டர் கணேசன் கேட்க…"

"ஸார் அந்த மகேஸ்வரியோட புருஷன் மஞ்சுநாதன் எதுனா போட்டு தள்ளிட்டு நல்லவன் மாதிரி நாடகம் ஆடுறானோ…."

"யோவ் ஏட்டு அந்த மைனாவையும் மஞ்சுநாதனையும் உடனே இங்க வரச் சொல்லுயா..."

"சரிங்க ஸார்…."

சைதாப்பேட்டையில் இன்ஸ்பெக்டர் சக்திவேலும் , சைதாப்பேட்டை இன்ஸ்பெக்டரும் அந்த குப்பை மேட்டில் இருவரும் நடந்து போய் அந்த கவரை ஓபன் செய்தனர்…..

அந்த கவரை திறந்தவுடன் குப் என்று ஒரு நாற்றம். அதைப் பார்த்தவுடன் நாற்றம் மற்றும் அந்த கொடூரமான காட்சி இரண்டும் சேர்ந்து சக்திவேலுக்கு வாந்தி வர வைத்தது…

அதில் உள்ள மனித உடல் உறுப்புகளை சிறு சிறு துண்டுகளாக நறுக்கி கோழிக் கறிப் போல், ஆட்டு கறிப்போல் போட்டு வைத்துள்ள நிலையில் அதில் புழுக்களும் ஈக்களும் போட்டி போட்டுக்கொண்டு மொய்த்துகொண்டு இருந்தன ..

அதை பார்க்க மக்கள் கூடிய நிலையில் அங்கே இருந்த ஒரு சிலப் பத்திரிகை நிருபர்களும் அதை புகைப்படம் எடுக்க அஞ்சி அங்கிருந்து புறப்பட்டு சென்றனர்…..

இன்ஸ்பெக்டர் சக்திவேல் "ஸார் என்ன ஸார் எவ்வளவு பெரிய சம்பவம் நடந்து இருக்கு ஒரு ரிப்போர்டர்ஸ் கூட வரவில்லை…."

"அவங்களுக்கு எல்லாம் சினிமாவுல இருக்குறவங்க; இல்ல பெரிய ஆளுங்க டெத்; அப்படின்னா மட்டும் தான் ஸார் மைக்க தூக்கிட்டு ஓடி வருவாங்க ரீப்போர்டர்ஸும் ஆளுங்கள பார்த்து தான் வேலையே பாக்குறாங்க. இது எல்லாம் அவங்களுக்கு ஒரு ஏழாவது பேஜ்ல வர ஒரு கவர் ஸ்டோரி மாதிரி ஸார்" அப்படின்னு சைதாப்பேட்டை இன்ஸ்பெக்டர் சக்திவேலிடம் கூறினார்…

வலசரவாக்கம் காவல் நிலையத்தில்….

"ஸார் வணக்கம் ஸார்…"

"யோவ் ஏட்டு அவனை எதோ புது மாப்பிள்ளையை கூட்டிட்டு வர மாதிரி வர.... என்னையா நீ.... அப்படின்னு ஏட்டு மேல கணேசன் கோப பட்டார்…"

"வாங்க ஸார் உட்காருங்க எங்க ஸார் மைனாவ காணோம் என இன்ஸ்பெக்டர் கணேசன் மஞ்சுநாதனை பார்த்து கேட்க…."

அவனும்.. "ஸார் அவ வீட்டில கொஞ்சம் வேலையா இருக்கா ஸார் இன்னைக்கு ஞாயிற்றுக்கிழமை ஸார் பாப்பா வேற வீட்டில இருக்கா ஸார்…"

"ஓ.. ஓ.. ஒரே குஷி தான் பொண்டாட்டி போனக் கவலையெல்லாம் இல்ல.."

மஞ்சுநாதன் தலையை குனிந்து சிரிக்க…

"ஒ**தா எங்களைப் பார்த்தா இழிச்ச வாயன் மாதிரி இருக்காடா…

டேய் .. எவ்வளவு கொழுப்பு இருந்தா கட்டனப் பொண்டாட்டிய கொன்னுட்டு அவ தங்கச்சியோட கூத்து அடிச்சுட்டு இருப்பே ..

த்பூ.... நாதேரி நாயே கூப்புடுறா அவளை…."

"ஸார் என்ன ஸார் சொல்றிங்க என் பொண்டாட்டி செத்துட்டாளா.. ஐயோ கடவுளே நான் என்னத்த பன்னுவன்…

எல்லாம் என் மேல தான் தப்பு அன்னைக்கு மட்டும் நான் குடிச்சிட்டு உழுந்து கிடக்காம இருந்தா அவளை போய் பார்த்து பத்திரமா கூட்டிட்டு வந்து இருப்பனே….

ஐயோ ராமா நான் செஞ்ச பாவம்... தான் என்னையும் என் குடும்பத்தையும் இப்படி ஆட்டி வைக்குதோ .. ஐயோ கடவுளே ஏன் எங்களை இப்படி சோதிக்கிற". அப்படின்னு மஞ்சுநாதன் அந்த ஸ்டேஷனில் கதறி அழ…

"டேய் என்னாடா டிராமா பன்னுறயா" என கணேசன் மஞ்சுநாதனை லத்தியால் அடிக்க….

"ஸார் நான் அவளை ஒரே வாட்டி கடைசியா பார்க்கனும் ஸார் அவளோட பாடியை மட்டும் கொஞ்சம் காட்டுங்க ஸார் பிளிஸ் ஸார் பிளிஸ் ஸார்…"

"யோவ் ஏட்டு இவன் ரொம்ப நடிக்கிறான்.... இவனை என்ன பன்னலாம்…"

"ஸார் பிளிஸ் ஸார் அவளை ஒரே ஒரு. வாட்டி எனக்கு காமிங்க ஸார் அவள் இல்லாம நான் எப்படி வாழப் போறேன்னு தெரியலையே…"

"டேய் நாயே இப்போ நீ யா மைனாவுக்கு கால் பன்னி இங்க வரச் சொல்லுறயா இல்ல நான் லேடி எஸ் ஐ விட்டு கை விலங்கு மாட்டி ஊர் பார்க்க இழுத்துட்டு வருட்டா…"

"ஸார் ஸார் அப்படியெல்லாம் பன்னாதிங்க ஸார் பிளிஸ் ஸார். இதோ கால் பன்னி அவளை வரச் சொல்லுறன் ஸார்…"

ஆர் கே நகரில் எம் எல் ஏ திருமூர்த்தி வீட்டில்…

ஆகஸ்ட் 2,

சிசிடிவி கேமராவை இருவர் வந்து இன்ஸ்டால் செய்தனர்.

அங்கே அவனது கட்சி ஆட்களும் அவ்வப் போது அங்கே வந்த வண்ணம் இருந்தனர்..

அவர்கள் வேலை செய்யும் பக்கத்தில் ஒரு சுவரொட்டி ஒன்று இருந்தது அதில் கொட்டை எழுத்தில் சாதிகளற்ற சமுதாயமே நமது இலக்கு என்னும் வாசகத்தின் கீழ் இவனது புகைப்படம்….

சிசிடிவி யை இன்ஸ்டால் செய்பவர்களுக்கு

எம் எல ஏவின் திருமூர்த்தியின் மனைவி

ஒரு சில்வர் சொம்பில் தண்ணீர் ஊற்றி எடுத்து கொண்டு வந்தாள் அவர்களுக்கு தண்ணீர் கொடுத்து விட்டு சில நிமிடங்கள் அவர்களுடன் பேச்சு கொடுத்துவிட்டு….உள்ளே சென்றாள் ..

அவர்களும் ஒன்றரை மணி நேரம் சிசிடிவி கேமராவை இன்ஸ்டால் செய்து விட்டு; எம் எல் ஏ திருமூர்த்தி மனைவியிடம் தண்ணீர் கேட்டார்கள் அவர்களை வீட்டின் பின்னே வரச் சொல்லி ஒரு தகர டப்பாவில் தண்ணீர் ஊற்றினால் அவர்களும் இரு கைகளை கூப்பி தண்ணீர் குடித்தார்கள். பின் இருவரையும்

அங்கே காலனிகளை விடும் இடத்தில் அமர வைத்து ஒரு வாழை இலையை போட்டு உணவை பரிமாறினாள். அதை முடித்தவுடன் எம் எல் ஏ திருமூர்த்தி வந்து அங்கே அவர்கள் செய்த வேலைக்கு ஏற்ற ஊதியத்தை தராமல் சற்று குறைவான ஊதியத்தை பேரம் பேசி தந்து அனுப்பினான்.

வலசரவாக்கம் காவல் நிலையம்.

கணேசன் அவனது இருக்கையில் அமர்ந்து இருக்க..

மைனா உள்ளே வருகிறாள்…

உள்ள வரலாமா ஸார்..

வா ம்மா மைனா வா இப்படி உட்காரு…

"ஸார் எதுக்கு ஸார் என்னை கூப்பிட்டிங்க

எங்க ஸார் எங்க மாமாவ வேற காணோம்..

எங்க அக்காவ பத்தி எதுனா தகவல் கிடைச்சதா ஸார்…"

"ஐயோ.. ஐயோ என்னமா ஆக்டிங் தரா பாரு யா ஏட்டு…

இவ நடிப்புக்கு ஆஸ்காரே தருலாம்யா ஏட்டு…"

மைனாவிற்கு இடது புறத்தில் அவளது மாமன் அழுது அழுது மயங்கிய நிலையில் விழுந்து கிடக்க..

அவளும் என்ன நடக்கிறது என்று தெரியாமல் ஒரு புரியாத முகபாவனையில் குழப்பங்கள் நிறைந்த பார்வையில் அவனை ஏறிட்டு பார்த்தாள்..

"என்னாடி... அப்படி பாக்குற... உங்க குட்டு எல்லாம் தெரிஞ்சுடுச்சு உண்மையை நீயே ஒத்துக்கரியா இல்ல நானா அடிச்சு உண்மையை வாங்கட்டுமா" என கணேசன் மைனாவிடம் கேட்டான் ...

"ஸாரி ஸார் நீங்க என்ன பேசுறிங்கன்னே எனக்கு புரியல எதுவா இருந்தாலும் தெளிவா சொல்லுங்க ஸார்."

"ஏய்.. ஒன்னும் தெரியாத பாப்பா மாதிரி நடிக்காதடி.. உண்மையை நீ யே ஒத்துக்கிட்டா எந்தவொரு பிரச்சனையும் இல்ல அப்படி இல்லனா அப்புறம் என்ன நடக்கும் ன்னு எனக்கே தெரியாது பார்த்துகோ.. "

"எக்ஸ் கியூஸ்மி ஸார் நீங்க எதை பற்றி பேசுறிங்கன்னு எனக்கு தெளிவா சொல்லுங்க ஸார்.. எனக்கு நீங்க என்ன பேசுறீங்கன்னு தெரியலை ஸார்.. பர்ஸ்ட் என்ன ஏன் அக்கியுஸ்ட மாதிரி டிரீட் பன்னுறிங்க அதுக்கு பர்ஸ்ட் ரீசன் சொல்லுங்க ஸார்…"

ஆர் கே நகரில் ஏம் எல் ஏ திருமூர்த்தி வீட்டில்.

அவன் தனது கட்சி உறுப்பினர்களுடன் கலந்துரையாடல் நடத்தி கொண்டு இருக்கையில்..

"ஏம்பா முருகேஸா நம்ம ஊர்ல என்னா நிலவரம் போயிட்டு இருக்கு. ஜனங்க என்னா சொல்றாங்க.. ஓட்டு யாருக்கு விழுற மாதிரி இருக்கு.."

"ஐயா எல்லாம் அந்த கந்தனுக்கு தான் விழும் போல இருக்கு. இன்னும் ஒன்றை வருஷம் தான் நம்ம ஆட்சியில இருப்போம். அதுக்குள்ள எதுனா நாம செஞ்சதான் ஜனங்க நம்ப பக்கம் திரும்புவாங்க.. நாம அடுத்த எலெக்ஸன்ல ஜெயிக்க முடியும்…"

"ம்ம்.. அதை பத்தி தான் நானும் யோசிச்சிட்டு இருக்கன் முருகேஸா..

நான் 29 வயசுலே எம் எல் ஏ.வா ஆகிட்டன். இன்னைக்கு எனக்கு 32 வயசு தான் அகுது... இவனுக்கு எதுவும் அரசியல் முன் அனுபவம் இல்லன்னு நினைக்கிறயா.. "

"ஐயா... சாமி சத்தியமா நான் அப்படி எதுவும் சொல்லலிங்க ஐயா…"

இந்தபக்கம் வலசரவாக்கம் காவல் நிலையத்தில்···

"ஸார் நீங்க என்ன சொல்லுறிங்கனு புரியலை.. கொஞ்சம் தெளிவா சொல்றீங்களா"..என மைனா.கேட்டாள்

"சரி நேரா விசியத்துக்கே வரேன் உங்க அக்கா மகேஸ்வரியை ஏன் கொலை பண்ணிங்க···"

ஒரு நிமிடம் பேய் அரைந்தார் போல் தன் நிலை மறந்து அவள் அமர்ந்தாள்.

அதே சமயம் இன்ஸ்பெக்டர் கணேசனுக்கு ஒரு அவசர அழைப்பு வந்தது.

அதை நோக்கி அவன் வேக வேகமாக ஓடினான்...

■■

அத்தியாயம்-19

''உதயா.. பிங்கியை போலில்லாமல் சாதாரணமாக தான் அனைவரிடமும் பழகினாள். ''

''சில நேரங்களில் என்னை பார்த்து சிரிப்பாள் .. நானும் சிரிப்பேன் அவ்வளவு தான்.. அமைதியாக அமர்ந்திருப்பேன். தனிமை எனக்கு நிறைய பழகியிருந்தது... உதய என்னிடமும் பேசினாள் பிங்கியிடமும் பேசினாள் . மற்றவர்களுக்கு கிடைத்த அவர்களுக்கு மட்டும் உரிய தோழிகளை போல் எனக்கு தோழி கிடைக்கவில்லை . அதாவது என்னிடம் மட்டும் நட்பு பாராட்டாத நட்பு எனக்கு கிடைத்தது .அதற்குப்பிறகு என்னிடம் யார் சேர வந்தாலும் எனக்கு சேர விருப்பம் இல்லை . பத்தாம் வகுப்பிலிருந்து கட்டாயமாக குழுக்களாக பிரிக்கப்பட்டு படித்தோம் .பதினொன்றாம் மற்றும் பனிரெண்டாம் வகுப்பிலும் குழுக்களாக பிரித்திருந்தனர் எனினும் என்னிடமிருந்து தனிமையை மட்டும் யாராலும் பிரிக்க முடியவில்லை. அந்த தனிமையில் மனதில் வளம்வந்திருந்த நிறைய சீன்களை படமாக வரைய துவங்கினேன். அதில் ஒரு தொடர்கதை

போல சில காட்சிகள்... முதல் சந்திப்பில் என் மனதை ஒருவனிடம் கொடுப்பது போலவும்.. சிறிது நாளில் அந்த ஆணும் தனது விருப்பத்தை சொல்ல..''

''வீட்டில் சாப்பாட்டுக்கு கூட வழியில்லாமல் சிரமப்பட்டு கொண்டிருப்பதாகவும் ... ஆனால் அவனின் நட்பை மட்டும் விட மனம் வராமல் தொடர்ந்து வருவது போலவும்.. படம் வரைய... அடுத்த படம்... அவனுக்கு ஒரு போலீஸ் வேலை கிடைப்பது போலவும், எனக்கு போலீஸ் பிடிக்காதது போலவும் அதற்காக அவன் அந்த வேலைக்கு போகவில்லை என தெரிந்ததும். எனக்கு அவன் மீது உள்ள காதல் பொங்கி வழிய.. இந்த முறையும் இருக்கும் சூழ்நிலை கருதி அமைதியாக இருப்பது போலவும்.. எங்களது நட்பு மேசேஜ், போன் காலில் தொடர்ந்தது. இனிமையாக நகர்ந்தது போலவும்.. இரண்டு வருடம் முழுவதும்,என்னை அவன் மகிழ்ச்சியாக வைத்திருப்பது போலவும்.. அதில் கொஞ்சம் கொஞ்சமாக அவனது நிம்மதி பறிபோவது போலவும்.. அவன் அவனாகவே இல்லாதது போலவும்... அது மட்டுமில்லாமல் போன் அதிகம் உபயோகிப்பதால் அவனது உடல் நிலை மனநிலை பாதிப்பு அடைந்தது போல சில டிராயிங்.''

''அப்போது எனக்கு பஸ்சில் வரும் போது ஒரு பேட் டச் நடக்க.. பழைய உறங்கிக்கண்டிருந்த சாத்தான் வெளிவர.. பழைய மனநிலைக்கு தள்ளப்பட்டேன்.''

'' அந்த சிறுவயது நிகழ்வை மறக்க..ஒரு வருடம் பிடித்தது என் அப்பாவிடம் பழையபடி பேச.''

''அந்த நிகழ்வு கூட சேர்ந்து என்னுடைய சிறுவயது கெட்ட நிகழ்வுகள் என்னை வீக் ஆகவைத்துக்கொண்டிருக்க.. என் சோகத்தை புரிந்துகொண்டு கேட்க.. மனதை பாதித்த சிலவற்றை சொல்ல. அவனும் என் பக்கம் நியாயம் போல பேசியது போலவும் சில படங்கள் வரைந்திருந்தேன்.''

''அப்புறம் காலெஜ்லியும் சேர்ந்தன். அங்கதான் அவனை பார்த்தன் .நான் கற்பனையில் வரைஞ்ச மாதிரி நிஜத்திலும் அது நடந்தது . மெசேஜில பேச ஆரம்பித்து மணிக்கணக்கா கால் பேசி இருக்கோம் ...ஒருமுறை....''

''வீட்டின் கடன் பிரச்சனை தாங்க முடியாத நிலை.. ஒரு சொத்தை வித்து சரி செய்ய என் குடும்பம் நினைத்திருக்க.. வீட்டில் அனைவரும்

உடைந்திருந்தார்கள்.. இந்த மன அழுத்தத்தை பகிர்ந்து கொள்ளும் ஒரு நபருக்கும் நான் சொல்வது பிடிக்கவில்லை.. வெளியே காற்றாட நடந்து வரலாம் என்று ஐந்து முப்பது மணிக்கு வெளியே நடந்து வந்தேன்… ரெண்டு தெரு பொருக்கிகள் தண்ணி அடிச்சிட்டு வருவதை பார்த்த நான் மூக்கை பொத்திக்கொண்டு நகர்ந்து சென்றேன்.''

"ஏய் என்னடி மூக்கு பொத்திட்டு போற "என்று என் மேல அந்த கருமத்தை ஊத்த வந்தான் .அங்கிருந்து வேகமாக ஓடி வந்து தூரமா பக்கதிலிருந்த கல்லை நொடியும் போசிக்காமல் அவன் தலையில் அடித்துவிட்டு ஓடினேன். இதை என் வீட்டிலிருப்பவர்களிடமும் என்னால் பகிர்ந்து கொள்ள முடியவில்லை.. ஏற்கனவே சோகத்திலிருந்தவர்களை இன்னும் ப்ரெச்சனைக்கு கொண்டுபோக நான் நினைக்கவில்லை.. அமைதியாக குளித்து விட்டு வந்து உட்கார்ந்தேன் .. அழுது கொணாடு வராமல் அவனை அடித்து வந்ததில் மனநிறைவு. ''

''அடுத்த நாள் அவனுக்கு போன் போட்டு நிலம் விற்றதை பற்றி சொல்ல.. அவனுக்கும் சந்தோஷம் "இனி நீங்க வட்டி கட்டுவது நின்று

விடும்.. நிம்மதியா இருக்கலாம்..ன்னு அவன் சொன்னான் .''

''அப்புறம் அந்த பொருக்கி பசங்க நடந்துக்கிட்டதை சொன்னன்.அவர்களை சபித்தும் வைத்தேன்..; ''

''நான் நம்பிய ஒருவன் என்னை நம்பவில்லை, என் வார்த்தை பொய்யா? என்று உடைந்தேன்.. ''

''அவன் கொடுத்த விளக்கம்.. நான் சாபமிட்டவர்கள் நல்லா இருங்கனும்னு.. சாபமிட்டது என் தவறு என என்னை ஏத்துக்க வைத்தான் ..அப்போதுதான் எனக்கு ஒன்று புரிந்தது . என்னை கஷ்டபடுத்தியவர்களுக்கு நல்லது செய்யும் அவனது குணத்தை நினைத்து சபாஸ் போட தேன்றியது. ''

''இதை கேட்டதுக்கு "எண்ணம் போல் வாழ்க்கை… "மனதால் உடைந்திருந்த எனக்கு மீண்டும் ஒரு பெரிய அடி.. எல்லா ஆம்பளைங்களையும் தவறா நினைச்ச, அப்படிதான் நடக்கும் என அவன் விளக்கம் அளித்தான். ''

"மீண்டும் தனிமை... இந்த மன அழுத்தத்தில் மூழ்க வேண்டிய கட்டாயம் .. இரவு பகல் பாராமல் கண்ணீர் துணையோடு இருந்தேன்."

"கோபத்தில் என்னுள் இருந்து வந்த டேவில் பக்கம் அனைவருக்கும் சாபமிட .. அவங்க செஞ்ச அனைத்துக்கும் பனிஸ் மென்ட் கொடுக்க வேண்டும் என்று நான் நெனச்சேன் ....இருந்தாலும் அவன்கிட்ட பேசுனா கொஞ்சம் நல்லா இருக்கும் னு நெனச்சு போன் பண்ணன் . "

"மனசு ஏதோ செய்யுது கொஞ்ச நேரம் பேசுறியா.. என்று கதறிய போது நான் கேட்ட வார்த்தைகள் இன்னும் காதுக்குள் வண்டாக குடைந்துக்கொண்டிருக்கிறது. "

"பத்து மணி ஆகிடுச்சி நான் தூங்கனும்…." இதே நபர் என் பிறந்த நாளுக்கு விடிய காலை வரை பேசியவர் தான்.. இதை நான் குறிப்பிட.. "அப்போ நான் கஷ்டபட்டு என் தூக்கத்தை கட்டுப்படுத்திக்கொணாடு தான் பேசி இருந்தேன்.. அதுமட்டுமில்லை . இதை சொல்லிய அவன் அடுத்து வந்த பிறந்த நாளுக்கு எனக்கு ஒரு விஸ் கூட செய்யலை. "

''என் மேல் வெறுப்பு.. என் கண்ணீர் மேல் கோபம்.. என் மன அழுத்த்தை வைத்துக்கொண்டு.. என் உயிரான உறவுகளை இழப்பதற்கு பதிலாக செத்தால் என்ன என்ற எண்ணம் எல்லாம் வந்தது. இந்த எண்ணத்தை கூட அவனிடம் சொன்னேன்.. ஒரு பரிதாபமாக பேசுவான் என்று எதிர் பார்த்தேன். எனக்கு கிடைத்த பதில் "செத்து போ…" என்னை தேவதை.. நீ தான் என் வாழ்க்கை.. அம்மாவுக்கு அப்புறம் எனக்கு பிடித்த உறவு நீ தான் என்று என் மீது பூ மழையை பெய்ய வைத்தவன், வாயிலிருந்து கேட்ட பதில் உடைந்த என் மனதை இன்னும் இன்னும் உடைத்தது. ''

''என் கல்லூரி பிராஜக்ட் அவன் தான் செய்து கொடுத்தான் இரவு பகல் பாராமல்.. நான் தேர்வுக்கு படிக்கிறேன் என்று. அப்போது அவன் மீண்டும் போலீஸ் எக்சாமுக்கு அப்ளை செய்திருந்தான் .''

''என்னதான் எனக்காக வேண்டாம் என சொன்னாலும் அவனை பற்றி எனக்கு தெரியும் அவனுக்கும் அந்த வேலையில் பிடித்தமில்லாமல் வந்திருப்பான் என்று நம்பினேன். அந்த தேர்வு சமயத்தில் என் பிராஜக்ட் வேலை செய்துக்கொண்டிருந்தான் … இந்த இடத்தில் தான் நான் அரக்கி,

சுயநலக்காரியாக அவனுக்கு தெரிந்திருக்கிறேன்.. இந்த சண்டையின் போது தான் தெரியும் அவனுக்கு போலீஸ் வேலை பிடிக்கும் என்று.. அடி மேல் அடி ஒருவனின் வாழ்க்கையை கெடுத்த பாவி நான் என்று துடித்தேன்.. அனைத்து தவறும் என் மேல் தான்.. நான். எனக்கான அனைத்து செலவுகளும் அவன் தான் பார்த்தான்.. ஒரு வருடம் அவனை எ. டி. எம் மிசினாகவும் சர்வன்ட் போல பிராஜக்ட்க்கு உபயோகப்படுத்தி அவன் வேலையை கெடுத்து விட்டேன் .. போன் அதிகம் பேசியதால் அவனது உடல் நிலையில் பின்னடைவு என என் பாவக்கணக்குகள் ஏறிக்கொண்டே போனது.''

''ஒரு பக்கம், அவன் என்னை நம்பவில்லை என்பதை சுத்தமாக ஏற்றுக்கொள்ள முடியாத நிலைக்கு தள்ளப்பட்டேன்.. இவன் என் முதல் நண்பன்.. ஆண்களின் மீது உள்ள தவறான எண்ணத்தை என்னுள்ளிருந்து அகற்றியவன்... கடைசியாக என்னை நிரூபிக்க அழுகை.. இந்த கண்ணீர் அவனுக்கு எந்த பாதிப்பும் ஏற்படுத்தவில்லை போலவும்... எனக்கு தோன்றியது.''

''ஒரு கட்டத்துக்கு மேல் அவன் என்னை விட்டு விலகிவிட்டான் ''

"அவனது இந்த விலகல் என்னால் ஏற்றுக்கொள்ள முடியவில்லை.. இனி இப்படி செய்ய மாட்டேன் என கெஞ்சினேன் .. அதுவும் அவனுக்கு வெறுப்பூ தான் கொடுத்தது… பொத்தி வைத்த காதல் அவனது விலகலில் நொந்துபோனது" ".ஆனால் அவன் அதை எல்லாம் நம்ப தயாராக இல்லை. "இது காதலே இல்லை... "என்று என்னையும் என் வாழ்வின் பக்கங்களையும் கிழித்துவிட்டும்; எரித்துவிட்டும் என்னை விட்டு சென்றுவிட்டான். "

"பாதி பைத்தியமாக இருந்த நான் முழு பைத்தியமாக ஆனேன்.. என்னை நானே வருத்திக்கொள்வது.. அவனிடம் சென்னபோது கூட எந்த பதிலுமில்லை பரிதாபமாக கூட இல்லையா.. என்றும் கதறிப்பார்த்துவிட்டேன். அவருக்கு சுத்தமா பிடிக்கவில்லை."

உத்ரா எங்கேயோ வெறித்து பார்த்து சொல்லிக்கொண்டிருக்க. இனியா எந்த சலனமுமில்லாமல் உத்ராவை பார்த்துக்கொண்டிருந்தான்.

ஆனால் அவன் கண்களில் அவனை அறியாமல் கண்ணீர் வழிந்திருந்தது. உத்ராவும் அழுது தீர்த்தாள் .கவுன்சலிங்கை முடித்துவிட்டு உத்ராவை வெளியில் அமரச்சொன்னான் .

அவன் அவளிடம் பெற்ற பாரத்தை சீனியர் மருத்துவர்களுடன் கலந்துரையாட ரிப்போர்ட்டாக தயாரித்து கொண்டிருந்தான் .

சிறுவயதில் ஏற்க முடியாத நிகழ்வுகள் இவளை பாதித்துள்ளது என்பதை ஓரிரு வார்த்தைகளில் எழுதிக்கொண்டிருந்தான்

பள்ளிவயதில் பரிதவிக்கவிட்ட ''தனிமை''

அவள் தோழிகள் நிராகரித்ததால் ஏற்பட்ட ''தாழ்வுமனப்பான்மை''

வயதில் பெரியவன் நடந்துகொண்ட ''தவறான நடத்தை''

இவளை யாரும் புரிந்துகொள்ளவில்லை என்ற ''ஏக்கம்''

வாழ்க்கையில் அவளின் ''எதிர்பார்ப்பு''

இயல்பாக நடப்பதை ஏமாற்றம் என என்னும் இவளின் ''அறியாமை''

"காதல் தோல்வி "

காதலனை ஏமாற்றி விட்டதாக அவளே அவள் மீது ஏற்றிக்கொண்ட " கற்பனை"

என அனைத்தையும் எழுதி வைத்தான் ....

அத்தியாயம்-20

"சும்மா உன்கிட்ட பேசனும் தான் டா போன் பன்னேன்" என ஆரியன் சரவணனிடம் கூறினான்….

"சரி டா நீ எங்க ஓர்க் பன்ற…"

"சென்னை அடையாறு ல ... யு. பி. எஸ். சி... கிளியர் பன்னதும் சி பி ஐ ல போஸ்ட்டிங் வேனும்ன்னு கேட்டு வாங்கிட்டேன். அப்புறம் நேரா தூக்கி டெல்லி ல போட்டுட்டாங்க. அங்க கொஞ்ச நாள் வோர்க் பன்னிட்டு நேரா இங்க டிரான்ஸ்பர் வாங்கிட்டு வந்துட்டேன் டா.."

"சரி சரி டா சேலரி எவ்வளவு போடுறாங்க இப்போதைக்கு ஒரு 75 போடுறாங்கடா பி. ஏப், பென்ஷன் ல்லாம் புடிச்சது போக கைக்கு ஒரு 70 வருது டா…"

"சரி டா ஆர்த்தி எப்படி இருக்கா.. சாரிடா என்னால கல்யாணத்துக்கு வர முடியல"

"ம்ம்ம் நல்லா இருக்கா…உனக்கு கல்யாணத்துக்கு வராததுக்கு பனிஷ்மென்ட் இருக்கு ..."

"அய்யய்யோ என்னடா பண்ண போறீங்க ....சரிடா அவளை கேட்டதா சொல்லுடா…

"ம்ம்ம் சரிடா .... எப்ப ஃபிரியா இருப்ப"

"ஏன் டா ஏன் என்னாச்சு"

"இல்ல டா சும்மா தான் நேர்ல பாக்கலான்னு தான்…"

"இன்னும் நாலு நாளைக்கு வேலை இருக்கு டா ஏன்னா நிறையா கேஸ் எல்லாம் பெண்டிங்ல இருக்கு சோ அதை பத்தி டீடைல்ஸ் நாலு நாள்ல சம்மிட்டு பன்னனும் டா. வேனும்னா கம்மிங் சாட்டர் டே மீட் பன்னலாம் எங்கப் எப்போ ன்னு மட்டும் லோக்கேஷன் ஷேர் செய் டா…" என ஆரியன் சரவணனிடம் கூறினான்…

அந்தப் பக்கம்..

ஒரு கேரேஜில் ஒருவன் உடல் முழுவதும் சங்களிகளால் கட்டப்பட்ட நிலையில் தொங்க விட பட்டு இருந்தான்..

அவனது வாய்க்கு இரும்பு வளையத்தால் செய்யப்பட்ட பூட்டு போடப்பட்டு இருந்தது ஒவ்வொரு கைக்கும் ஒரு சங்கலி இரு கைகளும் விரிக்கப்பட்ட நிலையில் இரு கால்களும் விரிக்கப்பட்ட நிலையில் அவன் தொங்க விடப்பட்டு இருந்தான் அவன் ஒரு விதமான மயக்க நிலையில் இருந்து கண் விழித்து பார்க்கும் போது. கிழே ஆசிட் தொட்டி இருந்தது அதில் முழுவதும் ஆசிட் நிரப்பபட்டு இருந்தது…

அவன் அங்கிருந்து தப்பிக்க வேண்டும் என்பதற்காக அந்த சங்கலிகளை உடலை அசைத்து இழுக்க முயற்சி செய்யும் போது அவனது பாக்கெட்டில் உள்ள பேனா நேராக அந்த ஆசிட் தொட்டியில் விழுந்து கருகி போனதை கண்டு பயத்தில் தத்தளிக்க...

"ம்ம்ம்" என்று. கத்திக்கொண்டே அதை அவிழ்க்க முயற்சி பன்னினான்…

அவன் முயற்சி செய்ய செய்ய ஒரு விதமான சத்தம் கேட்டது.

முதலில் லேசாக கேட்டது..

பிறகு ஒவ்வொரு நொடியும் சத்தம் கூடிக்கொண்டே போகும் போதுதான் தெரிந்தது அது ஒரு ஆங்கில வின்டேஜ் சாங் என்று…

அது என்னவெனில்…

Isabella came…

We have been chau chau chau…

Isabella came….

We have been chau chau chau….

இது ஒரு ஆங்கில பாடல் இது அவனது காதுகளுக்கு எட்டியது. ஆனால் அவனுக்கு ச்சாவ் ச்சாவ் என்பது சாவு சாவு என்பது போல் கேட்க அவனுள் இருக்கும் அந்த பயமே அவனை மெல்ல மெல்ல கொன்று கொண்டு வந்தது…

அவனது வாழ்க்கை இத்துடன் முடிந்து விடுமோ என்னும் பயம் அவனை ஆட் கொள்ள ஆரம்பித்தது.

அதையும் மீறி அவன் தப்பிக்க முயற்சி செய்து கொண்டு இருக்கும் சமயத்தில் அவன் முன்னே ஒரு டிஜிட்டல் கடிகாரத்தை கண்டான்..

அதில் பத்து நிமிடங்கள் மட்டும் தான் நேரத்தை காட்டியது அச்சமயம் பார்த்து பத்து நிமிடம் முடியும் நிலை ஏற்பட்டது..

பத்து, ஓன்பது , எட்டு என ஓவ்வொன்றாக அவன் மனதிற்குள் எண்ணி கொண்டு இருந்தான். கடைசி சைபர் வந்ததும் தடாங் என்று ஒரு சத்தம் என்னவென்று பார்த்தால் அந்த சங்கலி ஒரு அடி இறங்கி இருந்தது அதை கண்டவுடன் அவனது பயம் இன்னும் அதிகமானது…

டாக்டர் சரவணனை ஆரியன் சனிக்கிழமை சந்திப்போம் என்று கூறி விட்டு அடுத்த நாள் காலை அவனது கிளினிக் சென்று சர்ப்ரைஸ் பண்ண நினைத்தான்..

அடுத்த நாள் காலை சரவணன் கிளினிக்கில் ...

வழக்கம் போல் அவன் தற்கொலை முயற்சி செய்பவர்களுக்கு நல் ஆலோசனை கூறிக்கொண்டிருந்தான். அதேபோல் அங்கே அமர்ந்திருந்த பதினைந்து பேருக்கும் டாக்டர் சரவணன் கவுன்சிலிங் கொடுத்து கொண்டு இருந்தான். அவன் ஒரு சிலரை கதை சொல்லவைப்பான்; அவனும் சில கதைகள் கூறுவான்; இப்படி இவனது கிளாஸ் அனைத்தும் நடைபெறும். அங்கே ஆரியன் வருகை தர உண்மையில் சரவணனுக்கு சர்ப்ரைஸ் தந்தது.

கோடம்பாக்கம் பஸ் நிலையத்தில் ஒரு சிறிய ட்ரம் ஒன்று இருந்தது. அதன் மேல் வாய் மூடி மூடப்பட்ட நிலையில் இருந்தது.

அங்கே ஒரு சிறு வயது குழந்தை ஒன்று அங்கும் இங்குமாக பெரிய பந்தை போட்டு விளையாடி கொண்டிருந்தது.

அதன் கையில் வைத்திருந்த பந்து அந்த ட்ரம் மீது பட அது தட் என்று கீழே சாய்ந்தது சற்று நேரத்தில் அங்கிருந்து அனைவரும் கூச்சலிட்டு கொண்டு ஓடினர்..

ஆர் கே நகரில்,ஆகஸ்ட் 8 அன்று எம் எல் ஏ திருமூர்த்தி வீட்டில்…

அன்றைக்கு மழை வேறு அதிகமாக அடித்தது . செக்யூரிட்டிஸ் அனைவரும் ஒரு ரூமில் சென்று மழைக்கு ஒதுங்க அந்த அறையினுள் ஸிலிப்பிங் கேஸ் செலுத்தப்பட்டது அங்கே கூடியிருந்த அத்தனை பேரும் உறக்க நிலைக்கு செல்ல…

அங்கே ஒரு உருவம் வெள்ளை ரெயின் கோர்ட் போட்டு கொண்டு ஒரு இரும்பு ராடை எடுத்து தரையில் தேய்த்த வண்ணம் இழுத்து கொண்டு வந்தது…

எம் எல் ஏ திருமூர்த்தியின் வீட்டிற்குள் நுழைந்து அந்த இரும்பு கதவை சாத்தியது..

கணேசனுக்கு கால் வந்தது அவனும் அங்கிருந்து வேக வேகமாக புறப்பட்டு போய் அந்த காலை எடுத்தான்.

கணேசன் "ஹலோ" என்றவுடன்

"ஹலோ நான் சக்திவேல் பேசுறன் ஸார்.."

"அந்த மகேஸ்வரியோட பாடி இங்கே சைதாப்பேட்டையில கிடைச்சு இருக்கு ஸார்…"

"அப்படீங்களா?" பார்மாலிடீஸ் முடிச்சிட்டு எனக்கும் இன்பார்ம் பண்ணுங்க சார்"

காலை கட் பண்ணிவிட்டு வந்த கணேசன் மறுபடியும் அவர்களிடம் விசாரணை நடத்தினான்….

"ம்ம் சொல்லுங்க மைனா எப்படி கொலை பண்ணீங்க …"

"ஸார் வாட் யு மீன்"

"ஒகே பாயின்ட்க்கு வரேன்…."

"உங்க அக்கா தலையை வெட்டி பீச்சில வச்சிங்க சரி... உடம்ப எதுக்கு சம்மந்தமே இல்லாம சைதாப்பேட்டையில போட்டிங்க.."

"ஐயோ அக்கா ஐயோ அக்கா" என்று தலையில் அடித்து அழ ஆரம்பித்தாள் மைனா….

"என்னடி அவனும் நீ யும் பேசி வச்சிக்கிட்டிங்களா நல்லா சூப்பரா நடிக்கிறிங்க…."

ஆகஸ்ட் 9,

கமிஷனர் அலுவலகத்தில் ஒரு மீட்டிங்…

அனைத்து இன்ஸ்பெக்டரும் மற்றும் சப் இன்ஸ்பெக்டரும் கூடி இருந்த வண்ணம்

கமிஷ்னர் பேச தொடங்கினார்…

"யோவ் எல்லாம் என்னாயா பண்ரீங்க சிட்டி புல்லா வெறும் கிரைம் மாவே இருக்கு…"

"யாரு யா அவன் ஒத்த ஆளு ஒவ்வொருத்தரா கடத்தி கொலை பண்ணிட்டு வரான்…

இதோட மூனு பேர் மிஸ்ஸிங் மேலே இடத்துல இருந்து எனக்கு பிரஷர் மேல பிரஷர் யா…."

"யாருன்னு சின்ன குழுவாச்சு கிடைச்சதா…"

கணேசன் சக்திவேலிடம் இரகசியமாக "நமக்கு தெரிஞ்சு ஒன்னு தானே.. யாரு அந்த மத்த ரெண்டு பேர்" எனக் கேட்க…

அதை கமிஷனர் காதில் விழுகிறது…

அதற்கு அவர்…

"யேன் வாயில எதுனா சொல்லிறப் போறன் உன்ன எல்லாம் யாருயா போலீஸ்ஸா ஆக்கனது…".

"ம்ம் சக்திவேல் இப்போ கேஸ் எந்த ஸ்டேஜ்ல இருக்கு…"

"ஸார் அந்த மகேஸ்வரியோட பாடி கிடைச்சுடுச்சு ஸார்

அந்த தல கிடைத்த பாக்ஸ்ல அந்த லேடி பிளட் இல்லாம இன்னொரு பிளட் ஸெம்பல் பிளட்டும் கிடைச்சு இருக்கு ஸார்…"

"மிஸ்டர் சக்திவேல் கொலை நடந்து பதினெட்டு நாள் ஆச்சு இப்போதான் அதோட பாடியை கண்டு பிடிச்சிருக்கிங்க…"

"ஸார் அது வந்து…"

"என்னா வந்து போய்ன்னு…"

"இந்த கேஸை நான் சிபிஐ க்கு மாத்தி விட்டறன் உங்களை எல்லாம் நம்புனா வேளைக்கு ஆகாது…." என கூறிக்கொண்டு எழுந்தார் கமிஷ்னர்.

யோவ் சக்திவேல் வாயா இங்க... வண்டியை எடுயா.. நேரா அந்த கடத்தப்பட்ட எம் எல் ஏ திருமூர்த்தி வீட்டுக்கு விடுயா…"

"சரிங்க ஸார்" எனக் வண்டியை எடுத்தான் இன்ஸ்பெக்டர் சக்திவேல்…

எம் எல் ஏ திருமூர்த்தி வீட்டின் முன்பு. என்றும் கூடாத அளவிற்கு செய்தி ஊடகங்கள் கூடி இருந்தது …

இங்கே சரவணன் கிளினிக்கில் டாக்டர் சரவணனும் ஆரியன்னும் பேசி கொண்டு இருந்தார்கள்….

"ரொம்ப நாள் ஆச்சு இல்ல இப்படி ஃபிரியா பேசி எந்தவொரு வோர்க் டென்ஷன் இல்லாம இப்படி மாசத்துல ஒரு நாள் ஆச்சு மீட் பண்ணி பேசனா

எவ்வளவு ஜாலியா இருக்கும்" என்று ஆரியன் கேட்க…

அதற்கு டாக்டர் சரவணன் சின்னதா ஒரு ஸ்மைல். பூக்கள் கூட வேகமாக மலர்ந்து விடும் ஆனால் இவனது புன்னகையோ லேசாக தான் இருந்தது…

அவனது புன்னகைக்கு அர்த்தம் தெரியாமல் விழித்தான் ஆரியன்.

"சரி எங்கடா ஆர்த்தி…."

"ம்ம் அவ இங்கே தான் எங்கயாவது இருப்பா.இரு வரச்சொல்லி மெஸ்ஸேஜ் போடுறன்.."

"டேய் நான் இங்கே இருக்கன்னு அவக்கிட்ட சொல்லிறதா டா அவ வரட்டும் ஒரு சர்ப்ரைஸ் தரலாம்."

இங்கே கேரேஜில் ஒரு மர நாற்காலியில் மயங்கிய நிலையில் இருந்த

எம் எல் ஏ.திருமூர்த்தி; உர்ர்ர்.. என்னும் சத்தத்தை கேட்டு திடுக்கிட்டு எழுந்தான்.

வாய் கட்டப்பட்டு இருந்தது கை கால்களும் அந்த நாற்காலியில் கட்டப்பட்டு இருந்தது.

"ம்ம்ம்" என்று கத்தினான்..

அங்கே தலை கை கால்கள் துண்டிக்கப்பட்ட உடல் ஒன்று இருந்தது..

அதை பார்த்ததும் ஒரு அலறல் சத்தம் அவன் மனதுக்குள் கத்தியது கண்களில் கண்ணீர் வடிந்தது மனதிற்குள்ளே "பிளிஸ் என்னை விட்டுடுங்க" என புழுவாய் துடித்தான்..

அப்போது...

அத்தியாயம்-21

இனியா தனது ரிப்போர்ட்டை தயார் செய்து முடிக்க.

அதை தனது உயர் மட்ட டாக்டரிடம் எடுத்துக்கொண்டு போனான்.

இவளும் இவன் வருவதை பார்த்து விட்டு நான் போகலாமா என்னாச்சு எனக் கேட்டாள்.

"இரு ம்மா வரேன்னு சொல்லிவிட்டு" இனியா அவசர அவசரமாக புறப்பட்டு சென்றார்.

இவளும் தலை தலைய ஆட்டிக்கொண்டு ஒரு வேலை நமக்கு பைத்தியம் எதுனா புடிச்சுடுச்சா என தனக்குள்ளே நினைக்க ஆரம்பித்தாள். நேரம் ஆக ஆக அவளே அவளை ஒரு மாதிரியாக பார்க்க ஆரம்பித்தாள் ஒரு நிமிடம் அழுதாள் ஒரு நிமிடம் கோபப்பட்டாள். அங்கிருப்பவர்கள் எல்லோரும் தன்னை வித்தியாசமாக பார்ப்பதாக உணர்ந்தாள் இதுவரை இருந்த அவளது கம்ஃபர்ட்னஸ் அந்த நிமிடம் அவளிடம் இருந்து யாரோ பறித்து

கொண்டது போல் உணர்ந்தாள் நேரம் ஆக ஆக இவளே இவளை பைத்தியம் போல் நினைக்க ஆரம்பித்தாள் மெல்ல மெல்ல அவள் மனதிற்குள் பயம் குடியேற ஆரம்பித்தது எங்கே தன்னை பைத்தியம்-ன்னு சொல்லிவிடுவார்களோ என்ற எண்ணமும் பத பதைப்பும் அவளது கைகளை பிசைய வைத்தது அவளது நக விரலை கடிக்க வைத்தது. குட்டிப் போட்ட பூனையைப் போல் அந்தப் பக்கமாகவும் இந்தப் பக்கமாகவும் நடக்க ஆரம்பித்தாள். ஏதோ பிரசவத்திற்கு தன் மனைவியை சேர்த்துவிட்டு ஹாஸ்பத்திரியில் கணவன் படும் பாட்டை விட இவளது மனம் அதிகமாக பட்டது. ஒரு பக்கம் எரிச்சலும் இனியாவின் மீது சிறு கோபமும் வர ஆரம்பித்தது.

அவள் மனதிற்குள்ளே இனியாவை திட்டிக்கொண்டாள் " இவன என்ன பன்றதுன்னே தெரியலை இவளோ நேரம் நம்ம கதையை கேட்டுட்டு ஒரு வார்த்தை கூட பேசாமா போறான் இவன நம்ம நண்பன் மாதிரி நெனச்சு மனசுல இருக்குற விசியத்தை எல்லாம் சொன்னோம். சரி.... நாம நினைச்சோம்.... அவன் ஒருவேளை நம்மல பைத்தியமா பார்த்திருப்பானா... இல்ல அவன் கூட பழகுற ஒரு பேஷன்ட் மாதிரி பார்த்து இருப்பானோ.... ச்சே ச்சே அப்படி எல்லாம் இருக்காது..... ஒரு வேலை அப்படி இருந்தா..... அப்போ நான்

பைத்தியம் அப்படின்னு முத்திரை குத்திட்டா அந்த படத்துங்கல்ல வர மாதிரி பச்சை டிரஸ் மாட்டின்னு கைல கால்ல சங்கலியை கட்டின்னு நம்மள சுத்தி ஒரு பத்து பைத்தியம் டேன்ஸ் ஆடின்னு திரிஞ்சா... தினம் தினம் கரண்ட் எல்லாம் வைப்பாங்களே... ஐயோ..... என்று அவள் தன் நிலையை மறந்து மனதிற்குள் கத்த ஆரம்பித்தாள். ஒரு நிமிடம் அமைதி நிலவ அவளும் கண் விழித்து பார்த்தாள் அங்கே கூடி இருந்த அனைவரும் இவளையே உற்று பார்ப்பது போல் இவளுக்கு தோன்றியது. அவள் தன்னை தானே ஆசுவாசப்படுத்தி கொண்டு ச்சே இனியா அப்படி எல்லாம் செய்ய மாட்டான் கற்பனைல நினைச்சு பார்க்கவே அவ்வளவு கோராமா இருக்கே.... நம்ம இனியன் அப்படி எல்லாம் பண்ணமாட்டான். ஒரு வேலை பண்ணிட்டா.... இருக்காது... அப்படி பண்ண மாட்டான் அவன் மேல எனக்கு நம்பிக்கை இருக்கு".

அப்படி அவள் யோசித்து கொண்டே அப்படியும் இப்படியுமாக தனது துப்பாட்டாவை ஆட் காட்டி விரலை சுற்றிய வண்ணம் நடந்து கொண்டு இருக்க.

அங்கே ஒரு சத்தம் டங் டங் டங் என்று என்னவென்று அவள் திரும்பி பார்த்தாள் அங்கே ஒரு 55 வயது முதியவர் தண்ணீர் குடித்து விட்டு டம்ளரை அந்த கேன் மீது வைக்கும் போது அது

தவறி விழுந்த சத்தம் தான் அது தண்ணீரை பார்த்தவுடன் அவளுக்கு ஒரு யோசனை வந்தது ஏதோ ஒரு வீடியோவில் எப்போது எல்லாம் பதற்றம் அதிகமா இருக்கோ அப்போது எல்லாம் தண்ணீர் குடிச்சா டென்ஷன், பதற்றம் எல்லாம் குறையும் என சொல்லியிருக்காங்கல்ல அப்போ டிரை பண்ணிப்பார்க்களாம் அப்படின்னு அவள் போய் அந்த தண்ணீர் டம்ளரை எடுத்து தண்ணீர் பிடித்தாள் அவள் அப்படி பிடித்து வாயிடம் எடுத்து வர வர அவளது கை நடுங்க ஆரம்பித்தது தண்ணீர் குடிக்க கூட அவளது கை தடை செய்தது அதை சமாளித்து அந்த பதற்றத்திலே இரண்டு டம்ளர் தண்ணீரை குடித்து விட்டு அங்கே சும்மா இருந்த இருக்கையில் அவள் அமர்ந்துவிட்டாள் தன்னுள் இருக்கும் அந்தப் பதற்றம் வெளியே தெரியாதது போல் அமர்ந்து கொண்டாள் ; இருந்தும் அங்கிருப்பவர்கள் அனைவரும் தன்னை ஒரு மாதிரியாக பார்ப்பது போலவே அவளது உணர்வுகள் கூறியது..

நிழலில் ஒரு ஏசி ரூமிற்குள் இருந்தும் அவளது பதற்றத்தால் அவளுக்கு வியர்க்க ஆரம்பித்தது.

அந்தப் பக்கம் இனியன் தன் மூத்த மருத்துவர் அல்லது தனது ஆசான் என்று கூட சொல்லலாம்.. அவரிடம் உத்ராவின்

ரிப்போர்ட்டை எடுத்து கொண்டு அதை காண்பிக்க சென்றார்.

மே ஐ கம் இன் ஸார் என்று இனியன் அவரிடம் கேட்க…

அவர் ஏதோ ஒரு புத்தகம் எடுத்து கொண்டு இருந்தார் இனியன் கூப்பிட்டதை கேட்டு திரும்பி பார்க்க வாப்பா என்று உள்ளே அழைத்தார். இனியவனும் உள்ளே வந்தான்.

"ஸார் ஒரு டவுட் ஸார் அதான் உங்கக்கிட்ட ஒரு கிளாரிப்பிகேஷன்க்கு வந்து இருக்கன் ஸார்."

"ம்ம் சொல்லுப்பா…"

"அதுக்கு முன்னாடி இந்த ரிப்போர்ட பாடிங்க ஸார்…"

"சரி அதை குடு.."

ஒரு ஐந்து நிமிடங்கள் கழித்து அந்த பெரிய டாக்டர் மீண்டும் பேச ஆரம்பித்தார்…

"இதுல என்னப்பா உனக்கு சந்தேகம்…"

"இந்த சிம்டம்ஸ் எல்லாம் பார்த்தா எனக்கு ஆந்தோ சைகோட்டிக் டிஸ் ஆர்டர்ரா இருக்குமா இல்ல டிஸ்ஸோசியேட்டிவ் டிஸ்ஸாடர்ரா (multiple personality disorder) இருக்குமோ ன்னு ஒரு டவுட் தான் ஸார். அதான் இதை உங்கக்கிட்ட காமிச்சு கிளார்ப்பிபை பன்னிட்டு போயிரலாம் ன்னு வந்திருக்கன் ஸார்.."

"ஆந்தோ சைக்காட்டிக் அப்படின்னா ஒருத்தன் எக்ஸ்டிரிம் லெவல் ஸ்ட்ரஸ்ல இருக்கான்னா அவனுக்கு எற்படுற ஒரு விதமான மனநோய் தான் இது இதை ரெகுலரா டிரிட்மென்ட் எடுத்தா கியுர் பன்னிக்கலாம்.."

"ஆனா இந்த டிஸ்ஸோசியேட்டிவ் டிஸ்ஸாடர்ர கியுர் பன்ன

முடியாது..இரண்டுத்துக்கும் உள்ள வித்தியாசத்தை என்னன்னா ....

உனக்கு கதை மாதிரி சொன்னா புரியும் ன்னு நினைக்குறன்.

ஒரு ஊர்ல ஒரு பையன் இருந்தான்

அவன் நல்லா படிக்கிற பையன் தா.. நல்லா ஸ்மார்ட்டா ; டேலன்டான்னா பையன் தான் ஏன் ஸ்கூல்லே அவன் தான் பெஸ்ட் ஸ்டுடன்ட் ன்னு கூட வச்சுக்கோ.

அவன் 10த்ல 500க்கு 480 மார்க் எடுக்குறான்..

அவன் ஆசை என்னாடான்னா ஒரு எஞ்சினியரா ஆகனும்ங்கறதுதான். சோ அதுக்காக அவன் பிளஸ் ஒன்ல சேரும் போது அவங்க அப்பா கிட்ட அவங்க அம்மா கிட்ட அங்கிருக்க ஸ்டாப்ஸ்கிட்ட என எல்லோருகிட்டையும் சொல்லுறான் நான் கம்ப்யூட்டர் சைன்ஸ் குருப் எடுத்துக்கறன் அப்போ தான் நான் பிளஸ் டூ முடிச்சதும் இஞ்சினியாரா ஆக முடியும் னு சொல்றான்…

ஆனா அங்கிருக்கிற வாத்தியாருங்க அவங்க அப்பா, அவங்க அம்மா எல்லாம் சேர்ந்து அவனை கன்வின்ஸ் பன்னி அவனை பையாலிஜி எடுக்க வச்சாங்க…

மூனு மாசம் நல்லா போயிட்டு இருந்துச்சு.. ஒரு நாள் ஸ்கூல் விட்டு வீட்டுக்கு வேகமா வந்து அந்த ஸ்கூல் பேக் எல்லாம் தூக்கிப்போட்டுட்டு ஓ ன்னு அழ ஆரம்பிச்சான் வீட்டில்ல இருக்குறவங்க எல்லாம் ஏன்டா என்னாச்சு அப்படின்னு அவனை கேட்க எனக்கு படிக்க பிடிக்கல நான் தான் சொன்னேன் இல்ல நான் கம்ப்யூட்டர் சைன்ஸ்சே எடுத்துக்கறன்னு கேட்டிங்கலா..? அப்படி இப்படின்னு சண்டை போட்டான்..

அவங்களும் நீ ஆசைப்பட்ட மாதிரியே கம்ப்யூட்டர் சைன்ஸ் குருப் மாரிக்கோப்பா அப்படின்னு சொல்லுறாங்க இல்ல சிலபஸ் பாதி முடிச்சுட்டாங்க நான் அடுத்த வருஷம்

புதுசா பிளஸ் 1 ஜாயின் பன்னி பர்ஸ்ட் கிளாஸ்ல மார்க் எடுத்துக்கரன் அப்படின்னு சொல்லுறான். அவங்க வீட்லையும் சரின்னு

சொல்லுறாங்க ஒரு வருஷம் போயிறுச்சு அடுத்து அதே ஸ்கூல்ல அவனை மறுபடியும் பிளஸ் 1 சேர்த்துறாங்க... கம்ப்யூட்டர் சைன்ஸ் குருப்பே இந்த முறையும் நல்லா சந்தோஷம்மா ஸ்கூலுக்கு போறான் அதே மாதிரி மூனு மாசம் போகுது... ஒரு நாள் வந்து பேக் எல்லாம் தூக்கி போட்டுட்டு அழ ஆரம்பிச்சான். இப்போ என்னாடான்னு போய் கேட்டா எனக்கு இந்த ஸ்கூல் வேனா நான் வேற ஸ்கூலுக்கு போறேன் ஏன்னா அவன்னோட சின்னப் பசங்க எல்லாம் அவனை கிண்டல் பன்றாங்கலாம்... அதனால அவன் வேற ஒரு ஸ்கூலுக்கு போறேன்னு அடம்பிடிச்சான் வீட்ல எவ்வளவோ எடுத்து சொல்லியும் அவன் கேட்க்கல திரும்பவும் இரண்டாவது வருஷம் கட் ஆயிறுச்சு.

இவனுக்காக அவங்க பேம்லியே வேற ஒரு ஊருக்கு ஷிப்ட் ஆனாங்க அங்க இவனுக்காக ஒரு வீடு பார்த்து அங்கே பக்கமா ஒரு ஸ்கூல்ல ஜாயின் பன்னி விட்டாங்க…

அதே மாதிரி ஸ்கூல்க்கு நல்லா போயிட்டு இருந்தான் மூனு மாசம் போச்சு அதே மாதிரி பேக்க எடுத்துட்டு வந்து போட்டுட்டு அழ ஆரம்பிச்சான் இப்ப என்னாடான்னு கேட்டா... எல்லாம் உங்களால தான் என் வாழ்க்கையே

வீணா போச்சு என் வாழ்க்கையில இரண்டு வருஷம் போச்சு என்னால படிக்கவே முடியல நான் அப்பவே சொன்ன மாதிரி என்ன கம்ப்யூட்டர் ஸைன்ஸ் குருப் எடுக்க வச்சு இருந்தா இன்னேறம் நான் சந்தோஷமா முடிச்சிட்டு வந்திருப்பன் அப்படின்னு சொல்ல. வீட்ல இருக்குறவங்களுக்கு பயம் வந்து ஒரு சைகாட்டிரிஸ்கிட்ட போக அவரும் இதுக்கான மருத்துவம் பார்த்து பிரிஸ்கிரிப்ஸனும் எழுதி தந்தாரு. ஆனா இவங்க சொந்தக்காரங்க ...இவன் நல்லா சுமார்ட்டா தானே இருக்கான்... இவன விட்டா மத்தவங்களுக்கு கவுன்சிலிங் தருவான் இவனை போய் இந்த வயசுல சைக்கார்டீஸ்ட் டாக்டர் கிட்ட வேற கூட்டிட்டு போறிங்கன்னு சொல்லுறாங்க..

அடுத்த ஸ்டேஜ்.

அந்தப் பையன் எப்படியோ அப்படி இப்படி படிச்சு ஒரு 900 மார்க் எடுத்துட்டான்.

அடுத்து இவனை 10த் மார்க்கு அப்புறம் 12த்ல மார்க்க கம்மியா இருக்கறது வச்சு ஒரு கம்மியான செலவுல ஒரு 4 லட்சம் ரூபாய் கட்டி

ஒரு மேனேஜ்மென்ட் இன்ஜினியரிங் காலேஜ்ல சேர்த்து விட்டாங்க….

அதே மாதிரி மூனு மாசம் நல்லா போயிட்டு இருக்கு அப்புறம் எனக்கு இந்த காலேஜ் பிடிக்கல நான் ஒரு மிகப்பெரிய டைரக்டரா ஆகப் போறன் எனக்கு ஒரு கேமரா வாங்கி தாங்க அப்படின்னு சொல்லுறான் டேய் நீ போய் ஜாயின் பண்ணி முழுசா ஒரு வருஷம் கூட ஆகல டா இதை மட்டும் எப்படியாவது கம்ப்ளிட் பன்னிருடா பேசிக் டிகிரியாச்சு முடிடா அதெல்லாம் அப்புறம் பார்த்துக்கலாம்.... அப்படி எல்லாம் சொல்லி பார்க்குறாங்க ஆனா அவன் கேட்குல கடைசியில் ஒரு கேமராவும் வாங்கி தந்தாங்க. காலேஜ் டிராப் அவுட் அதே.மாதிரி இவனும் மூனு மாசம் அலைஞ்சு திரிஞ்சு பார்க்குறான் ஒன்னும் வேலைக்கு ஆகல அடுத்து அவன் வீட்டுக்கு வரான் மறுபடியும் சண்டை நான் பிஸ்னஸ் பன்ன போறன் எனக்கு உங்க சொத்து வித்து கொடுங்க இல்ல இந்த சொத்துல என் பங்க பிரிச்சு கொடுங்க அப்படின்னு கேட்க..

இவங்க மறுபடியும் ஒரு சைக்காட்ரீஸ்ட் கிட்ட கூட்டிட்டு போனாங்க அவரும் எல்லாம் செக் பன்னி பார்த்துட்டு பிரிஸ்கிரிப்ஷன் எல்லாம் எழுதி கொடுத்தாங்க…

அடுத்த ஸ்டேஜ்….

அதே மாதிரி அவன் சொந்தகாரங்க சொன்னாங்க ....என்னாங்க இவன் இதெல்லாம் திமிர்ல ஆடுறான் இவனை சைக்காட்ரீஸ்ட் கிட்ட எதுக்கு கூட்டிட்டு போறிங்க பேசமா இவனை ஜிம், யோகா கிளாஸ் அந்த மாதிரி அனுப்ச்சி விடுங்க எல்லாம் சரி ஆகிடும். அதே மாதிரி அவனும் யோகா கிளாஸ் ஜிம் அந்த மாதிரி போயிட்டு வந்துட்டு இருந்தான். ஒரு நாள் புல்லா குடிச்சிட்டு வந்து கதவை தட்டுனான் அவங்க அம்மா வந்து கதவை திறக்க அம்மா ஸாரி அம்மா

இனி வரும் நாட்கள் எல்லாம் புல்லா குடிச்சுட்டு வந்து தினமும் சண்டை போட்டு இருந்தான். எதுக்கு எடுத்தாலும் எரிஞ்சு எரிஞ்சு விழுந்தான் அளவுக்கு மீறுன்ன கோபம் அதிகமான ஸ்ட்ரஸ். இதெல்லாம் பார்த்த அவங்க அப்பா மறுபடியும் ஒரு சைகாட்டிரிஸ்ட் கிட்ட போக அவரும் பிரிஸ்கிரிப்ஷன் எழுதி தர.

அடுத்த ஸ்டேஜ்…

மறுபடியும் அவன் சொந்தகாரங்க வந்து இதெல்லாம் இப்படியே விட்டா சரிபட்டு வராது அவனுக்கு ஒரு கால் கட்டு போட்டா தான் ஆகும் அப்படின்னு சொல்ல இவங்களும் ஏதோவொரு பொண்ண பார்த்து கல்யாணம் பண்ணி வைக்குறாங்க அதுவும் கொஞ்ச நாள் நல்லா தான் போயிட்டு இருக்கு அப்புறம் ஒரு நாள் திடீர்ன்னு அவன் கையை ஒரு பிளேட் வச்சு அவனை அவனே காயப்படுத்திக்கிறான். ஒரு நிமிஷம் கோபபடுறான் , ஒரு நிமிஷம் அழுறான் , ஒரு வாட்டி சம்மந்தமே இல்லாம பேசுறான் இதெல்லாம் பார்த்துட்டு அவன் சொந்தக்காரங்க அவனை தூக்கி மெண்டல் ஹாஸ்பிட்டல்ல போட்டுறாங்க.

இந்த கதையில மூனு ஸ்டேஜ்ஜா பிரிச்சு இருக்கன் கவனிச்சயா" அப்படின்னு டாக்டர் கேட்க.

இனியவனும் "ஹான் கவனிச்சன் டாக்டர்" அப்படின்னு சொல்லுறான்.

"இதுல பர்ஸ்ட் இரண்டு ஸ்டேஜ்ஜேல்லே இதை கியுர் பன்னி இருக்கலாம் அவங்க ஒரே டாக்டர் கிட்ட போயிருந்து அவங்க கொடுக்குற

பிரிஸ்கிரிப்ஷன்ன பாலோ பன்னியிருக்கலாம் ஆனா அவங்க தேர்ட்டு ஸ்டேஜ் வரைக்கும் விட்டது அவங்க தப்பு அந்த தேர்ட்டு ஸ்டேஜ் தான் இந்த டிஸ்சோசியேட்டிவ் டிஸ்ஸாடர். இதை புரிஞ்சுக்காத அவங்க அவனை மெண்டல் அப்படின்னு சொல்லி அவனை ஹாஸ்பிட்டல்ல சேர்த்துட்டாங்க இந்த ஸ்டேஜ்ல என்டுக்கு போயிட்டா அவ்வளவு சீக்கிரம் இவங்கள குணப் படுத்த முடியாது…"

■■

அத்தியாயம்-22

"இந்த டிஸ்சோசியேட்டிவ் டிஸ்ஸாடர் ஒரு சிலருக்கு எல்லாம் நேரா அப்பெக்ட் ஆகும். அது எப்படின்னா ஒரு பையன் இல்ல அந்தப் பொண்ணு சின்ன வயசுல இருந்து செக்ஸ்யுயல் அபியூஷ் நடந்தா அதோட தீராத தாக்கம் அவங்க மனசுல ஏற்பட்டு இருந்தா அவங்க அடல்ட் ஏஜ்ல அப்பெக்ட் ஆகும்.

இதுக்கான அறிகுறி என்னான்னா ஒருத்தவங்க தன்னை தானே தனிமை படுத்தி கொள்ளுறது. அப்புறம் அதிகபட்சமான மன அழுத்தம் எதுக்கு எடுத்தாலும் கோபப்படுறது அப்புறம் இந்த மாதிரி நிறைய சிம்டம்ஸ் இருக்கு அவங்களுக்கு...."

இதோட பர்ஸ்ட் கேஸ் ரிக்கார்ட் பன்னது வந்து பிரான்ஸ்ல ஒரு லேடிக்குதான் 1660 ல்ல இந்த கேஸ்ஸை ரிஜிஸ்டர் பன்னுராங்க அப்போ எல்லாம் ஏதோ இந்த பொண்ணுக்கு பேய் பிடிச்சு இருக்கு அப்படின்னு சொல்லி இருக்காங்க. இதே மாதிரி ஒரு கேஸ் அமெரிக்காவுல்ல 1800 ல ஒன்னு பதிவாகி இருக்கு சின்ன வயசுல இருந்து அந்தப் பொண்ணு அமெரிக்கா விட்டு வெளியே

எங்கேயும் போனது இல்ல ஆனா ஒரு நாள் அவ ஃபுளியன்ட்டா பிரஞ்ச் பேசுனா....

இதுக்கு அப்போ ஸ்பிலிட் பர்ஸ்னாலிட்டி அப்படின்னு ஒரு பேர் வச்சாங்க நம்ம ஊர்ல பேய் எல்லாம் பிடிக்குது இல்ல அதைக்கூட இந்த லிஸ்ட்ல சேர்த்துக்கலாம். இதுக்கு 1980 ல தான் டிஸ்ஸோசியேட்டிவ் டிஸ்ஸாடர் ன்னு பேரை மாத்துன்னாங்க. நிறைய பேருக்கு இது மல்டி பர்ஸ்னாலிட்டி டிஸ்ஸாடர் அப்படின்னு மட்டும் தான் தெரியும் ஆனா இந்த சினிமாகாரனுங்க அதை பற்றி தப்பாவே புரஜக்ட் பன்னுறாங்க ஒருத்தன்னுக்குள்ள ஸ்பிலிட் பர்ஸ்னாலிட்டி உள்ள வந்தா அந்த கேரக்டர் ஒரு கொலைக்காரன் மாதிரி டிஸ்கிரைப் பன்னி இருக்காங்க. ஆனா எந்தவொரு ஸ்பிலிட் பர்ஸ்னாலிட்டி கேரக்டரும் கொலை பன்ன மாட்டாங்க. ஆனா இவங்களுக்குள்ள சைக்கோமேட்டிக் டிஸ்ஸாடர் உள்ள வரும்போது வேனும்னா இந்த மாதிரி ஒரு இன்சிடின்ட் நடக்கும்.அது எல்லாம் 100 ல ஒரு கேஸ் தான் இருக்கு இது ஒரு ரேர் கேஸ் தான். ஸ்பிலிட் பர்ஸ்னாலிட்டி கேஸ் பொறுத்தவரைக்கும் அவங்களுக்குள்ள வேற ஒரு கேரக்டரா வாழ்வாங்க அது தவிர வேறு ஒரு கேரக்டர் மாதிரி சாப்பிடறது, நடக்கறது, பேசுறது, டிரசிங் சைடில் இந்த மாதிரி டோட்டாலாவே சேஞ்சு ஆகி இருப்பாங்க

இவங்களுக்கு அதிகமா நியாபக மறதி இருக்கும் இந்த கேஸ்ல இருக்குறது எல்லாம் இந்த மாதிரி வர பிராப்பளம்ஸ பேஸ் பன்ன முடியாம சூசைட் பன்னி இருக்காங்க. இந்த மாதிரி கேஸ் எல்லாம் மேக்ஸிமம் நியாபக மறதியாதன் இருப்பாங்க அவங்களுக்கு அதிகப்படியான டிப்ரஸ்ஷன் , அப்புறம் ஸ்டரஸ் ,டென்ஷன் இது எல்லாம் அதிகமா அவங்ககிட்ட இருக்கும். இப்போ உத்ரா கேஸை பார்ப்போம் அவ இப்போ ஸ்பிலிட் பர்ஸ்னாலிட்டி ல இனிஷ்சியல் ஸ்டேஜ்ல இருக்கா சோ இதுனால எந்தவொரு ஆபத்தும் கிடையாது" அப்படி ன்னு அந்த பெரிய டாக்டர் இனியவனிடம் கூறினார்..

அவனும் அந்த டாக்டரிடம் தனது நன்றியை தெரிவித்து விட்டு அங்கிருந்து புறப்பட்டு வந்தான்.

இங்கே உத்ரா அந்த தண்ணீ கேன்னையே முறைத்து பார்த்த வண்ணம் அந்த இருக்கையில் அமர்ந்து இருந்தாள். இனியா வந்து அவளை உத்ரா உத்ரா என்று அழைத்தான் ஒரு இரண்டு மூன்று முறை அழைத்திருப்பான் அப்போதுதான் அவள் சுய நினைவிற்கு வந்தாள்..

"ஏய் என்னாச்சு" என்று இனியா கேட்க

"ஒன்னும் இல்ல இனியா"

"என் ரிப்போர்ட் எடுத்துன்னு எங்கயோ போனியே என்னாச்சு"

"ஒன்னும் இல்ல எங்க ஸார் கிட்ட எடுத்துட்டு போய் காமிச்சுட்டு வரலான்னு தான் போனேன்."

"சரி அவரு என்னா சொன்னாரு…"

"ஒன்னும் இல்ல சும்மா மைனர் பிராப்ளம் தான் நல்லா தூங்கி எந்திருச்சாவே கியுர் ஆகிடும் அப்படி ன்னு சொன்னாரு.."

"அப்பாட நான் கூட என்னமோ ஏதோன்னு நினைச்சுட்டன். இப்பதான் எனக்கு உயிரே வந்துச்சு."

ஆனா அவனுக்கு மட்டும் தான் தெரியும் இந்த மன நோயை குணப்படுத்த முடியாது ன்னு…

சரி வா இனியா ஒரு ஐஸ் க்ரீம் வாங்கி சாப்பிட்டு போகலாம் என்று வேகமாக அந்த ஐஸ்க்ரீம் பாருக்குள் ஓடிப்போனாள் அங்கே அவள் ஐஸ்கிரீம்க்காக குழந்தைகள் எகிருவது போல் அவளது கால்கள் இரணடும் அங்கே டேன்ஸ் ஆடியது அவள் தூர இருந்து பார்ப்பதற்கு அழகான பத்து வயது குழந்தை போல் இருந்தாள்.

அவர்கள் இருவரும் ஐஸ்கிரீம் சாப்பிட்டு விட்டு நேராக உத்ராவும் இனியாவும் இனியாவின் வீட்டிற்கு சென்றார்கள்.

அங்கு இருந்து வரும் வழியில் அந்த காரில் இருந்த சிறு சிறு பொம்மைகளை எடுத்து வைத்துக்கொண்டு குழந்தை போல் அதனுடன் கொஞ்சி பேசிக்கொண்டு விளையாடி கொண்டு இருந்தாள் என்னதான் அவள் பெரிய பெண் என்றாளும் அவனது பார்வையில் அவள் சிறு குழந்தை போலவே தெரிந்தாள் .

அவர்கள் இருவரும் இனியாவின் வீட்டிற்கு வந்து சேர்ந்தார்கள்.

இனியா காரை நிறுத்தியதும் உத்ரா வேகமாக காரை விட்டு இறங்கி ஓடிப்போய் காலிங் பெல்லை அடித்து விட்டு ஒழிந்து கொண்டாள். இனியா காரை பார்க் பண்ண சென்று விட அம்மு அப்போது கதவை திறந்தாள்.

ப்பூ என்று சத்தம் எழுப்பி என்டரி கொடுத்தாள் உத்ரா..

அன்று முழுவதும் நல்லா சந்தோஷமாக நேரத்தை கழித்தாள் உத்ரா.

இரவும் வந்து சேர்ந்தது மூவரும் அமர்ந்து கொண்டு உணவு உண்ண அமர்ந்தார்கள் இனியா உத்ராவை பார்த்துவிட்டு உணவு உன்ன ஆரம்பித்தான்.

உத்ரா இவன் பார்த்ததை பார்த்து ஏன் இனியா என்ன அப்படி பார்த்த என்று கேட்டாள்.

"ஒன்னும் இல்ல லூஸ்ஸு நீ சாப்பிடு".

"ஏய் இனியா என்னா என்ன வச்சு காமெடி எதுனா டிரை பண்றியா."

"இல்ல எறுமை சும்மா தான் பார்த்தேன்.."

இதற்கு இடையில் அம்மு சாம்பார் எடுத்து வர உள்ளே போக…

இப்ப சொல்லுறியா இல்லையா என்று கேட்க.

முடியாது என்று இனியா மறுத்தான்.

அப்போது அவள் "அவன் சொல்ல மாட்டான் அவனை கொன்னுறு" என குரலை மாற்றி ஒரு தொனியில் பேசினால். அந்த சமயம் இனியா டம்ளரை கிழே போட்டான் தன் சுய நினைவிற்கு வந்த உத்ரா இங்க என்னா நடந்துச்சு என்று கேட்டாள்.

ஒன்னும் இல்ல என்று இனியா கூற அவளும் உணவருந்தி விட்டு உறங்கச் செல்கிறாள்.

சரியாக இரவு ஒரு 12 மணி அளவில் அவளுக்கு ஒரு கனவு வருகிறது அதில் யாரோ அவளை துரத்துவது போலும் அங்கே இங்கே கை வைப்பது போலும் அவளை யாரோ ரேப் பண்ண வருவது போலும் கனவு வந்தது அவளும் திக் என்று எழுந்து அங்கே இருக்கும் தண்ணீரை குடித்து விட்டு உறங்கச் செல்கிறாள் இதை வெளியே ஹாலில் அமர்ந்து இருந்த இனியா பார்க்கிறான்..

அடுத்த நாள் உத்ராவும் இனியாவும் அம்முவும் பீச்க்கு போனார்கள் அவளும் சிறு பிள்ளை போல் மணலில் வீடு கட்டி விளையாடி கொண்டிருக்க.

அம்முவும் இனியாவும் அவள் செய்வதை தூரத்தில் இருந்து பார்த்து ரசித்து கொண்டு இருந்தார்கள்.

அப்போது இனியா அம்முவிடம் நமக்கு உத்ரா மாதிரி ஒரு பொண்ணு பொறக்கனும் ம்மா என்றான்.

அதற்கு அம்மு அவ டீரிட்மென்டு முடியற வரைக்கும் அவ நம்ம பொண்ணு மாதிரி பார்த்துகிட்டா போச்சுங்க என்றாள் இவனும் அம்முவை ஒரு லேசான புன்னகையோடு பார்க்க.

உத்ரா அங்கே வேகமாக ஒடி வந்து டேய் இனியா எனக்கு ரொம்ப போர் அடிக்குதடா நான் எங்கயாவது பார்ட் டைம்மா வேலைக்கு போகட்டா என்று கேட்டாள்.

ஒரிரு நிமிடங்கள் யோசித்தான் ஏனெனில் அவள் ஒரே இடத்தில் இருந்தாள் டிப்ரஸன் அதிகமாக இருக்கும் அதனால வெளியில ஃபிரியா போயிட்டு வரட்டும் என நினைத்து அவளை பார்ட் டைம் ஜாப்க்கு போக சொல்கிறான்....

அத்தியாயம்-23

கோயம்பேடு பேருந்து நிலையத்தில்…..

அந்தப் பாப்பா தூக்கி போட்ட பந்து அதன் ட்ரம் மீது விழ அங்கே கூடியிருந்த அனைத்து ஜனமும் அலறியது…

ஏனெனில் அந்த டிரம்மில் ஆசிட்- ல் பாதி வேக வைத்த தலையும் இரண்டு கையும் காலும் இருந்தது தான் காரணம்…

இங்கே கேரேஜில்….

எம் எல் ஏ மனதிற்குள் அலறிக் கொண்டு இருக்க ரம்பம் ஒன்று வந்து அவன் முன் இருக்கும் உடலை அறுத்தது அதிலிருந்து வரும் ரத்தம் அவனது முகத்தில் பட்டு அவனது நாடி நரம்பு அனைத்தும் நடுங்க வைத்தது…

அப்போது ஒரு குரல்…

ஹாய் பட்டி (buddy) என்று ஒரு குரல் அது இனிமையான குரலில் பகைமை பாராட்டும் விதமாக இருந்தது.

வெள்ளை பாலில் விஷம் கலந்தது போல் ஒரு குரல்.

அதை கேட்ட அவனது ஈரக் கொலையும் நடுங்கியது…

அந்த குரல் மறுபடியும் கேட்டது….

அவனுக்கு பேச்சு மூச்சு அனைத்தும் நின்றது…

தற்போது அந்த குரலுக்கு சொந்தமான உருவம் அவன் முன்னே வந்து நின்று அவன் வாய் கட்டை அவிழ்த்து விட்டு அங்கே நறுக்கிய கறியை வாயில் திணித்தது…

ஆகஸ்ட் 18

சரவணன் மற்றும் ஆரியன் இருவரும் மீண்டும் சந்தித்து கொள்கிறார்கள்….

"டேய் உன்னை எதுக்கு வரச் சொன்னேன்னு தெரியுமா" என்று ஆரியன் சரவணனிடம் கேட்டான்…

"தெரியலையே சொன்னா தான் தெரியும் என்று அவனும் பதிலளித்தான்…"

"ஒரு கேஸை பத்தி டீடைல்ஸ் தெரியுனும்டா…"

"டேய் நா என்னா போலீஸ்ஸா இல்ல உன்ன மாதிரி ஒரு சி பி ஐ யா கேஸை பத்தி டீடைல்ஸ் எங்கிட்ட கேட்குற…"

"டேய் இது ஜலி கான்பிடியன்சியலான கேஸ் அதான் உன்கிட்ட வந்து இருக்கன்…."

"சரி எனக்கு ஒரு சந்தேகம் இதை பத்தி ஒரு டாக்டர்கிட்ட வந்து கேட்குறே இதுல்ல டாக்டருக்கு என்னா வேலை…."

"சொல்லுறன் டா…."

"இது ஒரு கொலைகாரனுடைய மனநிலையை பற்றி தெளிவா தெரிஞ்சுக்கனும் தான் உன்கிட்ட வந்து இருக்கேன்…"

"சரி சொல்லுடா…"

"இதோ இந்த படத்தை பாத்தியா பீச்சில ஒரு தல கிப்ட் கவர்ல வந்த போட்டோ…"

"இது சைதாப்பேட்டையில கிடைத்த உடல், அத துண்டு துண்டாக வெட்டி எடுக்கப்பட்ட போட்டோ…

இதோ இந்த அட்டாப்சி ரிப்போர்ட் பாரு ரெண்டுத்தளயும் ஒரு பிளட் குருப் ஒன்னு மேட்ச் ஆகி இருக்கு . அந்தப் பொண்ணோட குடும்பத்துக்கு வெறும் நறுக்கப்பட்ட கறிகளும் ஒரு தலையையும் கவர்ல பார்சல் பண்ணி கொடுக்க வேண்டிய நிலைமை…

இதுல ஈடுப்பட்ட கொலைகாரன்னுடைய மனநிலை எப்படி இருக்கும் அப்படின்னு தெரிஞ்சாகனும் டா…."

"இவன் பண்ணி இருக்கறது பார்த்தா ஈ ஸ் வெறி பிரிலியன்ட் தான் சொல்லனும்…

அணு அணுவா சித்திரவதை பண்ணியிருக்கான் அப்புறம் கெமிக்கல ஊத்தி பாடியை அழுக வச்சு இருக்கான் அதுக்கப்புறம் அந்த பாடியில இருந்து உயிர் போனதுக்கு அப்புறம் தான் தலைய வெட்டி இருக்கான்.அட்டாப்சி லே எல்லாம் டைடைல்ஸ்ம் தந்துட்டு இருக்காங்களே இதைவிட இன்னும் என்னாடா உனக்கு தெரியுனும்.."

"சரி சரி அடுத்த அடுத்த இமேஜஸ் காட்டுன்னா உனக்கு புரியும்னு நினைக்குறன்" அப்படி ன்னு அடுத்த அடுத்த புகைப்படங்களை எடுக்க ஆரியன் தனது பையில் கையை விட்டான்…

இந்தப் பக்கம் கேரேஜில்..

அங்கே இருந்த கறி அனைத்தும் அவனது வாயில் திணித்து மிண்டும் அவனது வாய்க்கு

அந்த இரும்பு வலையைத்தை வைத்து பூட்டப்பட்டது…

அப்போது அதே குரல் "ஹாப்பி ஜர்ன்னி."

என்று கூறி அந்த ரம்பத்தை ஆன் செய்தது..

ஆகஸ்ட் 12 சாலிகிராமத்தில் விடியர்காலை ஒரு 5 மணி அளவில் இருவர் பார்க்கில் ஜாக்கிங் போயிக் கொண்டு இருந்தனர்..அந்த இருவருக்கும் வயது ஒரு 45 முதல் 55 க்குள் இருக்கும் மதிக்க தக்க வயதுடைய மனிதர்கள் பாவம் ஓய்வின்றி ஓடிக்கொண்டிருக்கும் வாழ்க்கை இவர்களுது வாழ்க்கை…

அவர்கள் ஓடும்போது கூட அவர்களுடைய பிஸ்னஸை பற்றிய பேச்சு தான்…

அவர்களும் அன்று வழக்கம் போல் ஓடி விட்டு களைப்பில் ஒரு பெஞ்ச் மீது அமர்ந்தார்கள்.

"வாங்க கமலேஷ் ஸார் ஏன் இன்னைக்கு ரொம்ப லேட் போல…"

"அட போங்க ராஜூ ஸார் நேத்து புல்லா ஆப்பிஸ் ல அவ்வளவு டென்ஷன் ஏதோ ஜூனயர்ஸ்ன்னு லிப்ரல்லா அவங்ககிட்ட ஒரு புராஜக்ட்ட கொடுத்தா அதில ஆயிரத்து எட்டு மிஸ்டேக்ஸ் எனக் கமலேஷ் கூறினார்…"

"எங்க ஸார் நம்ம லைப்ல செட்டில் ஆகனும்ன்னா எதாவது பிஸ்னஸ் பண்ணா மட்டும் தான் செட்டில் ஆக முடியும் போல. சரி அப்படியே பிஸ்னஸ் பண்ண நினைச்சு அதுக்கு தகுந்த மாதிரி ஓட ஆரம்பிச்சா அதுக்கு தகுந்த மாதிரி புது புதுசா பல பிரச்சினை வருது. எதுனா ஒன்னு பண்ணி கொஞ்சம் பணத்தை சேர்த்து வேற கம்பெனி தொடங்கலாம்ன்னு நினைச்சா ஒன்னுமே நடக்க மாட்டேங்குது ப்பா" என ராஜூ கூறினார்….

அவ்வாறு அவர்கள் பேசிக்கொண்டே எதேர்ச்சையாக ஒரு இடத்தை பார்க்க. அங்கே ஒரு உருவ பொம்மை இருப்பதை கண்டனர்..

"ராஜூ ஸார் என்னா ஸார் அது அங்க என்னமோ ஒரு உருவ பொம்மை மாதிரி இருக்கு" எனஅந்த

விடியார்காலை லேசான வெளிச்சத்தில் அவர்கள் பார்க்க..

"வாங்க கமலேஷ் ஸார் அத கிட்ட போய் பார்த்து விடலாம்."

அவர்கள் அருகில் சென்றவுடன். அந்த செல் டார்ச்சை எடுத்து அடித்து பார்த்தார்கள்..

அங்கே அவர்களுக்கு ஒரு அதிர்ச்சி காத்திருந்தது. ஒரு தலை இரும்பு கம்பியில் குத்தி இரு விழிகள் இல்லாமல் அதில் இரு எழுமிச்சைபழம் சொருகி இருந்தது…

இரு கைகளும் இரு கால்களையும் நட்டு ஒரு சோலைக்காட்டு பொம்மை மாதிரி இருந்தது…

அங்கே ஆரியன் மற்றும் சரவணன் பேசிக்கொண்டு இருந்தனர்….

ஆரியன் ஒவ்வொரு புகைப்படமாய் எடுத்து காட்ட சரவணன் அந்த கொடூரங்களை பார்த்து மிரண்டு போகிறான்…

கடைசியாக எம் எல் ஏ.திருமூர்த்தி வீட்டில் கிடைத்த சிசிடிவி புட்டேஜ்ஜை காட்டினான். அதில் ஒரு வெள்ளை ரெயின் கோர்ட் போட்ட உருவம் கேமராவை பார்த்து ஹாய் என்று சிரித்த வண்ணம் போஸ் கொடுத்து விட்டு அவனை கடத்தி சென்றது அந்த வீடியோவில் இருந்தது. அதை பார்த்தவுடன் டாக்டர் சரவணன் முகத்தில் ஏதோ ஒரு மாற்றம்.

"சரி இப்போ சொல்லு" என ஆரியன் கேட்க

" இவன் எதை செஞ்சாலும் கொஞ்சம் கிரேசியா பண்ணனும் ன்னு பார்க்கிற கேரக்டர்… அப்படின்னு சொல்லிவிட்டு அந்த வீடியோவை உற்று பார்த்துக்கொண்டிருந்தான்.

மொத்த போலீஸ்ஸூம் ஆதித்யாவை தேட ஆரம்பித்தனர்..

உத்ரா தனது பார்ட் டைம் ஜாப் முடித்துவிட்டு வீடு திரும்பியவுடன் ஒருவன் அவளை காரில் அழைத்து கொண்டு போகிறான்…

அவள் அப்படி செல்லும் போது ஒரு சில நினைவுகள் மெல்ல மெல்ல அவளை கொல்ல ஆரம்பித்தன . அவளது இரு கண்கள் மெல்ல மெல்ல மயக்க நிலைக்கு செல்ல…

மறுநாள் ஒருவர் டீக்கடையில் உட்கார்ந்து கொண்டு நியூஸ் பேப்பரை புரட்டுகிறார்.

"யோ மாஸ்டர் என்னாயா நியூஸ் பேப்பர் வாங்குற… காலையில வீட்ல நிம்மதி இல்லன்னு தான் இங்கே வரோம் வந்து நியூஸ் பேப்பரை பார்க்குறோம் அதுலேயும் பிரபல சைக்கோகொலைக்காரன் ஆதித்யா பிடிப்பட்டார் மூன்று நபர்களை கொலை செய்த அசாமி இன்னும் அவரது புகைப்படத்தை வெளியிடவில்லை அந்த மர்ம ஆசாமி யார் ?… அப்படீன்னு நியூஸ்… உன் கடையில இருக்குற நீயுஸ் பேப்பர்ல வேற நியுஸ்ஸே வராதா யா.."

"யோவ் படிக்கிறதா கம்முன்னு படிச்சிட்டு போ தேவை இல்லாம எதுனா பேசுன மூஞ்சில சுடு தண்ணீயை ஊத்திடுவன் "

சி பி ஐ ஆப்பிஸ்ஸில் ஆரியன் முன்பு அமர்த்தப்பட்ட ஆதித்யா…

விசாரணையின் போது…

ஹாய் ஒரு சின்ன புன்னகையுடன் ஆரம்பித்தான் ஆதித்யா..

உன்ன எங்கயோ பார்த்து இருக்கேனே ஹான் நீ அந்த உத்ரா பொண்ணோட பாய் பிரண்ட் தானே என ஆதித்யா ஆரியனை பார்த்து கேட்டான்.

அதற்கு அவனும் ஆமாம் என்றான்..

"ஹே சரவணா நீ என்ன இங்க பன்ற டாக்டர் வேலையை தூக்கி போட்டுட்டு இங்கேயே வந்து செட்டில் ஆயிட்டியா…"

"உன்கிட்ட அவ்வளவு தடவ சொல்லியும் நீ கேட்கல இல்லை எதுக்குடா இப்படி பண்ண ..."

"மிஸ்டர் டாக்டர் ஸார்.... உங்களுக்கு என்ன ஸார் தெரியும் நான் ஏன் கொலை பன்னேன்னு.."

"ஒரு குருவி தன் குருவிக்கு அங்க இங்க அலைஞ்சு திரிஞ்சு கொஞ்ச உணவ எடுத்துட்டு வரும், அத வச்சு கொஞ்சம் கொஞ்சமாக வளர்த்துட்டு வரும் அந்தக் குஞ்சை ஒரு காக்காவோ இல்லை ஒரு பாம்போ ஒரு கழுகோ வந்து கொன்னுட்டு போனா அந்தக் தாய் குருவி பழி வாங்கும் இல்ல... ஆனா அதே இந்த தாய் குருவியே அந்த குஞ்சை கொன்னா? இல்ல அந்த தாய் குருவியே அந்த மூனுத்தையும் வச்சு அந்த குஞ்சை கொன்னா? அதை யாருக்கும் தெரியாத மறைச்சா…?

"பின்னாளில் என்ன மாதிரி ஒருத்தன் வந்து இந்த உலகத்துக்கே வந்து அதை வெளிச்சம் போட்டு காட்னா…"

"புரியல இல்லை இதோ சொல்றேன்"
என்றான் ஆதித்யா..

■■

அத்தியாயம்-24

''ஒரு பையனுக்கு லவ் பெய்லர் ஆச்சுன்னா அதுக்கு காரணமான பொண்ணு மூஞ்சில ஆசிட் அடிக்கிறான் அதை ஆசிட் கலாச்சாரம் ன்னு ஒரு டிரென்ட் ஆக்கி நாம பாக்குற ஒவ்வொரு படத்திலேயும் போட்டு போட்டு அதை பாக்குற ஒவ்வொரு இளைஞர் மனுசலையும் ஆழப் பதிய வைச்சுட்டாங்க. இதே ஒரு பொண்ணு லவ் பெய்லர் ஆகி அவ அதுக்கு காரணமானவன் மேல ஆசிட் அடிக்கிற மாதிரி ஒரு சீன் வைக்க சொல்லுங்க பார்ப்போம் முடியாது ஸார் ஏன்னா இங்கப் பொண்ணுன்றவ ஒரு கொத்தடிமை மாதிரி அவ எது சொன்னாலும் இந்த உலகம் ஏத்துக்காது. அதுக்கு பயந்துதான் ஸார் எந்தப் பொண்ணும் எதுக்குமே வாயே தொரக்கரதில்ல..

அந்த மாதிரி தான் ஸார் இந்தப் பொண்ணும்" என ஆதித்யா ஒரு பெண்ணின் போட்டோவை நீட்டினான்..

"இரு இரு இது யாரு புதுசா" அப்படின்னு ஆரியன் கேட்க….

"இவப் பேரு கௌரி இவ மஞ்சுநாதனின் முதல் மனைவிக்கு பிறந்தவள். இவளை பற்றி எத்தனை பேருக்கு தெரியும் உங்களுக்கு".

உத்ரா மயக்கநிலையில் இருந்து சற்று வெளியே வருகிறாள் அப்போது ஒருவரை பார்த்து இனியா நான் எங்கே இருக்கிறன் என்று கூறியவரே மறுபடியும் மயங்கி விட்டாள்…

இனியன் அவள் அருகே வந்து உத்ரா உத்ரா என்கிறான்.

சிறிது வினாடிகள் கழித்து ஆதித்யா…

"இந்தப் பொண்ணோட அம்மா இருக்குற வரைக்கும் இவளுக்கு துன்பம் கஷ்டம் அப்படின்னு ஒன்னு இருக்குனே தெரியாது ஸார்..."

"இவளுக்கு 12 வயசு ஆகும் போது இவங்க அம்மா கேன்சர் நோய் வந்து இறந்துட்டாங்க இவ அம்மா பிரிந்த துக்கம் கூடகொறயல

அவளுக்கு எண்ணி இரண்டு மாசத்துல ஒரு புதிய அம்மா அவள் தான் இந்த மகேஸ்வரி" ...

"அவள் வந்த இரண்டு நாள்ல கணவனுக்கு நல்ல மனைவி போலும் கௌரிக்கு புது ஏஜமானியாவும் மாறிட்டாள். கௌரி தான் படும் கஷ்டத்தை தன் தந்தையிடம் கூறினாள் ஆனால் அந்த மஞ்சுநாதனோ இவளை சமாதானம் செய்ய தான் முயற்சி செய்தான்."

கௌரிக்கு அந்த நிமிடம் ஒரு யோசனை வந்தது பேசாமல் ஹாஸ்டல்கு சென்று விடலாம் என்று. மஞ்சுநாதன் வேலை விசியமாக வெளியூர் கிளம்ப அதே சமயம் அவள் தன் தந்தையிடம் சென்று.

"அப்பா நான் ஹாஸ்டல்கு போறன் ப்பா" என்றாள் .

"நான் ஒரு வேளை விசியமா வெளியூர் போயிட்டு வரேமா ஒரு பத்து நாள்ள திரும்பி வந்துடறன் அதுக்கப்புறம் வேனும்னா நீ ஹாஸ்டல்க்கு போ மா.."

"இல்ல ப்பா நான் இன்னைக்கே போறன் ப்பா".

"சொன்னா புரிஞ்சுக்கோ டா நான் போயிட்டு வந்துற்றேன் அதுக்கு அப்புறம் போகலாம்.."

"இல்லப்பா நான் இன்னைக்கு போயே தீருவேன்.."

"சொன்னா கேட்கமாட்ட..... சரி போ மா அப்போ அங்க போயிட்டு எனக்கு கால் பன்னு மா அமோன்ட் நான் வந்து கட்டிக்குறேன்.."

"சரி ப்பா என் செல்ல அப்பான்னா செல்ல அப்பாதான்."

"சரி ம்மா பார்த்து பத்திரமா போயிட்டு வாமா."

"அன்னைக்கு போனவ திரும்ப வந்தாலான்னா இல்லை…"

"உங்களுக்கு நியாபகம் இருக்கா ஸார் ஒரு ஐஞ்சு வருஷத்துக்கு முன்னால நவ வித்யலயா ஸ்கூல்ல சோதனை ஒன்னு செஞ்சாங்க நியாபகம் இருக்கா ஸார்.."

"அந்த சோதனை நடந்து கிட்டத்தட்ட ஆறு மாசத்துல அங்க படிக்கிற குழந்தைகளுக்கு வசதிகள் சரியாய் இருக்குதான்னு இன்ஸ்பெக்சன் வந்தாங்க "

"அந்த சோதனை நடத்த சென்ற பெரிய மனுஷன் யார் தெரியுமா ஸார் இந்த டீயிஓ நாகராஜ் தான் ஸார். அந்த ஸ்கூல் நல்ல தரம் வாய்ந்த ஸ்கூல் ன்னு சர்டிபிகேட் தந்தான் அதுமட்டுமில்லாமல் அவனிடம் பதவியுயர்வு பெற்று விடலாம் என தன்னை பறிகொடுத்த மகேஸ்வரி தான்னோட வளர்ப்பு மகளையும் பணயம் வைத்து சீரழித்தாள் ...."

"அன்னைக்கு அவனால வேட்டையாடப்பட்ட கௌரி. யாருக்கிட்ட ஸார் இதை சொல்லுவா சரி அவ சித்தி ஒருத்தி இருந்தாலே அவக்கிட்ட சொல்ல வேண்டியது தானே அப்படின்னு நீங்க கேட்பீங்க அவளும் அடுத்த நாளே அதே நம்பிக்கையோட போய் அவ சித்திக்கிட்ட

சொன்னா அதுக்கு அவ என்ன பன்னா தெரியுமா?.. இதோ இந்த பொறுக்கி நாய் எம் எல் ஏ திருமூர்த்தி க்கு குழந்தை திருமணம் செஞ்சு வச்சாங்க. அவன் குழந்தை திருமணம் எதிர்ப்பு; பாலியல் வன்கொடுமை; இதெல்லாத்துக்கும் எதிரா தான் குரல் கொடுக்கறதா சொல்லி மக்களை ஏமாற்றி ஒட்டு வாங்குறான்….."

"ஒரு வாட்டி தன்னை ஒருத்தன் டச் பன்றதே தாங்க முடியாத ஒருத்தி; தன் தாயோட ஸ்தானத்தில இருக்குற ஒருத்தி மூலமா ஒருத்தன் தொடரான்னா எப்படி இருக்கும்.

நல்லது சொல்லிக் கொடுக்குற டீச்சர் போஸ்ட்ல இவ இருந்துட்டு அவளே ஒரு பொண்ணோட வாழ்க்கையை சீரழிக்கலாமா?... அதும் தன் பொண்ணோட வாழ்க்கைய கெடுக்கலாமா?...இதுல எதுக்கு ஸார் அவளுக்கு நல்லாசிரியர் விருது வேற தந்தீங்க?... அதான் எனக்கும் ஒன்னும் புரியலை. அப்புறம் அந்தப் பொண்ணுக்கு கல்யாணம் ஆன மூனாவது நாள் அவ ஹாஸ்டலுக்கு போய் தூக்குல்ல தொங்கிட்டா…"

"இதெல்லாம் பன்ன நீ யார்ரா.

இதை பார்த்துக்க சட்டம் இருக்கு; கோர்ட் இருக்கு அப்படின்லாம் உங்களுக்கு உள்ள பல கேள்விகள் எழும் ன்னு எனக்கு தெரியும்…"

"உங்கச் சட்டத்தை தான் நானும் பார்த்தேனே!!! எதோ ஒரு நீயூஸ் பேப்ர்ல

இதோ இந்த கௌரி செத்து போனதை காலாண்டு தேர்வில் தோல்வியுற்றதால் மணமுடைந்த சிறுமி தற்கொலை ன்னு இருந்ததை நானும் தான் ஸார் பார்த்தேன்….."

"இங்கே எந்தச் சட்டம் ...ஒரு கொலை பன்னாவோ?! இல்லை ஒரு பொண்ணை டீஸ் பன்னாவோ?! தப்பு ன்னு சொல்லுதோ அதேச் சட்டம் தான் அவனை நிரபராதின்னு சொல்லி வெளிய விடுது இதுல எப்படி ஸார் உங்கச் சட்டத்தை நான் ஏத்துக்கறது…"

"சரி ஆதித்யா நீ பண்றது சரின்னு கூட வச்சுக்கோவோம் ஆனா நீ பர்ப்பெக்டா இருந்தா தான் அது கரெக்டா இருக்கும்… என ஆரியன் கூற.."

ஆதித்யா அவனை மேலேயும் கீழேயும் பார்த்து விட்டு.

"என்னா சரவணா உன் டாக்டர் புத்தியை காமிச்சிட்ட பார்த்தியா…இப்படி மாட்டி விட்டுட்டியே?"

சரவணன் அவனது நினைவுகளை பின்நோக்கி செலுத்தினான்..

ஆரியன் ஒரு சிசிடிவி புட்டேஜ்ஜை காண்பித்து. இது என்ன என்று தெரிகின்றாதா என்று கேட்டான்.

அதற்கு சரவணன் "இது ஆதித்யா இவன் எது பன்னாலும் கிரேசியா தான் பன்னுவான் ஆனா கொலை பன்னுவான்னு நான் ஒரு தடவை கூட நினைச்சு பார்க்கல."

"டேய் என்னடா சொல்லுற இது இவனா.... டேய் நல்லா பாருடா இது என் ஆள் உத்ரா டா என ஆரியன் கூற…"

"உனக்கு தெரியாதுடா அவ சப் கான்ஸியஸ் மைன்ட்ல ஒரு கேரக்டர் வாழ்ந்து வந்துட்டு இருக்கு அதான் இந்த ஆதித்யா....

She is affected by multi personality disorder.. இந்த நோய் இருக்குறவங்க ஸாரி நோய் இல்ல இந்த மாதிரி பிராப்ளம் இருக்குறவங்க மோஸ்ட்லி தனக்குள்ள இருக்குற கேரக்டர் பத்தி அவங்களுக்கே தெரியாது ஆரியா.."

"அவளுக்கு மல்டி பர்ஸ்னாலிட்டி டிஸ் ஆர்டர் இருக்குற விசியம் அவளுக்கு தெரிஞ்சா அவ சூசைட் பண்ணிப்பா இல்ல அவ மென்டலா பாதிப்பா" என சரவணன் முடிக்க.

"அப்போ இவளை குண படுத்த முடியாதாடா என ஆரியன் கேட்க".

"முடியும் அவளுக்குள்ள இருக்குற ஆதித்யா நினைச்சா முடியும்.."

டப் என்று ஒரு சத்தம் டக்குன்னு நிகழ் காலத்துக்கு வந்தான் சரவணன்..

என்னவென்று பார்த்தால் இங்கே ஆதித்யா அந்த டெஸ்க்கை தட்டி "என்னா ஆரியா மிரட்டுறயா" அப்படின்னு கேட்க…

ஆரியன் சரவணனை பார்க்க..

உடனே சரவணன் ஆதித்யாவ டவைர்ட் பண்ண ....

"நீ சொன்னது உண்மை ன்னு நாங்க எப்படி நம்பறது அந்த பொண்ணு கௌரி இவ்வளவு கொடுமையை அனுபவிச்சா அப்படின்னு உனக்கு எப்படி தெரியும்.."

அதற்கு ஆதித்யா தன் தலையை இடது பக்கமாக சாய்த்து லேசாக ஒரு ஸ்மைல் பன்னிட்டு பேச ஆரம்பித்தான்..

"ம்ஹ்ம் நினைச்சன் ஸார் நான் மாட்டன்னா இப்படி ஒரு கேள்வி வரும்னு.... இதோ இது அவளோட டைரி இது அவ ஸ்கூல் லைப்ரரி ல இருந்துச்சு…என ஆதித்யா அவளுடைய டைரியை எடுத்து வைத்தான்"

"அதுல அவ தனக்கு தானே கொடுத்துக்குட்ட மரண வாக்குமூலம் ஸார்…"

"அதுல அவ கடைசியா எழுதுன கடைசி இரண்டு லைன படிச்சு பாருங்க ஸார்…"

சரவணன் படித்தான்..

"அம்மா நீ எப்படி கேன்சர் என்னும் நோயோடு போராடினாயோ அதேபோல் இங்கே நான் காமம் என்னும் வெறி பிடித்த நாயோடு போராடிக் கொண்டு இருக்கிறேன் ஆதலால் கவலைப்படாதே அம்மா விரைவில் நான் உன்னிடம் வந்து விடுவேன் இப்படிக்கு உன் அன்பு மகள் கௌரி."

என எழுதப்பட்டிருந்தது..

இதை படித்தவுடன் சரவணனின் கண்களில் உள்ள கண்ணீர் வெளியே வர போராடியது அதை அடக்கி கொண்டு பேச ஆரம்பித்தான் சரவணன்.

"ஆதித்யா இதை எப்படி சொல்லி உனக்கு புரிய வைக்கனும்னு எனக்கு தெரியலை.

அப்படி கூறி கொண்டே இருக்கும் போது ஆதித்யா கையை நீட்டி இடைமறித்தான்."

"என்னா சொல்லப்போற நீ பன்னது எல்லாம் தப்பு ஒரு உயிரை எடுக்கறது தப்பு உன்னால இவ தண்டனை அனுபவிக்க போறா நீ கொலை பன்னது தப்பு அப்படி இப்படி ன்னு தானே சொல்லப்போற. நான் ஒன்னும் நாட்டுக்கு தேவையானதை அழிக்கல தேவை இல்லாதத மட்டும் தான் தேடி போய் அழிச்சன் இதுக்கு மேலயும் அழிப்பன்.. அப்புறம் சொல்ல மறந்துட்டேன் அவப் பேரு என்னா சொன்ன.... ஹான் உத்ரா.... ஹான் அவ பழையபடி வருவான்னு மட்டும் நினைக்காத அவ சரியான கோழை.அவ சரியான பயந்தான்கொல்லி அவ லூசர் அவ இந்த உலகத்துக்கு தேவைப்படாத

ஒரு ஜீவன்." என கூறும்போதே அவன் மயங்கி விழுந்தான்

உத்ரா கண்கள் விழிக்க ...

"இனியா நான் எங்கே இருக்கேன்? . ஆரியா நீ எப்போ இங்க வந்த ? நான் எங்க இருக்கன்? யாரு அவங்க எல்லாம் என்ன இங்க பண்றாங்க..

ஐயோ தல வலிக்குதே கடவுளே…"

அவளது விழிகள் இரண்டும் பிரள…

"அவ வரமாட்டா" என ஆதித்யா ஆரியனிடமும் சரவணனிடம் கூறினான்.......

அத்தியாயம்-25

உத்ரா கண் விழிக்க திரும்பவும் மயக்க நிலைக்கு தூரத்தில் யாரோ உத்ரா உத்ரா எனக் கூப்பிடுவது போல் அவளுக்கு கேட்டது மெல்லமெல்ல அந்த குரலும் மங்க இவளது விழிகளும் மங்கத் தொடங்கியது…

ஆதித்யா கூறினான் அவ இனிமே வர மாட்டா எனக் கூறினான்..

சரவணனும் ஆரியனும் கூறினார்கள்.

"இதோ பாரு ஆதித்யா நீ அவல கொன்னுட்டு உனக்கு புதுசா ஒரு ஐடின்டி கிரியேட் பன்னினாலும் அவளுக்கு தான் டேன்ஜர். நீ அவளுக்கு உதவ தான் வந்த அதை மறந்துட்டு நீ பேசுற"..

உத்ரா மீண்டும் கண் விழித்தாள் "இனியா , ஆரியா எனக்கு என்னா தான் ஆகுது இங்கே என்னா நடக்குது ஏன் எனக்கு இப்படி ஆகுது"

அவளுக்கு திரும்பவும் தலை சுற்ற ஆரம்பித்தது கண்கள் இரண்டும் சொருக ஆரம்பித்தது ஆரியன் மற்றும் சரவணன் பேசும் குரல் யாவும் இரு இயந்திரங்கள் பேசுவது போல் அவளுக்கு தோன்றியது….

"ஆதித்யா வேனா போதும் இதோட நிறுத்திக்கோ சொன்னா புரிஞ்சுகோ நீ அவல வருத்தி தான் வாழுனும்னு இல்ல.

நீ இப்படியே இருந்தா அவளுக்கு தூக்கு தண்டனை தான் கிடைக்கும் நீ அவல விட்டு போனா மட்டும் தான் அவ உயிரோட இருப்பா தயவு செஞ்சு அவல எந்த தொந்தரவும் பன்னாத" என டாக்டர் சரவணன் கேட்க…

ஒரு நிமிஷம் யோசித்து பார்த்து விட்டு ஆமா இல்ல இவளுக்காக தான் நான் இங்க வந்தேன். இப்போ இவளேயே கொன்னுட்டு நாம வாழ்றதுல என்னா நியாயம் இருக்கு…

சரி ஸார் நான் போறன்" அப்படின்னு ஆதித்யா கூற…

உத்ரா கண் விழிக்க…

இங்க என்னதான் நடக்குது ஆரியா நான் எங்கே இருக்கன்? இனியா நீ யாச்சும் சொல்லு நான் எங்க இருக்கேன்? அம்மு வரலையா இனியா.?

அப்போது சி.பி.ஐ கமிஷனர் உள்ளே நுழைய "என்ன ஆரியன் இன்வஸ்டிகேசன் எல்லாம் எப்படி போகுது…"

"இன்வஸ்டிகேசனா? என்னா இதெல்லாம் ஆரியா? என்னா இதெல்லாம் இனியா..?.என உத்ரா ஒரு குழப்ப நிலையில் கேட்க…"

"இனியனா என்னா சரவணன் ஸார் இது எதுனா புது கேரக்டரா.." என கமிஷ்னர் கேட்க

ஒரு பக்கம் அவர்கள் "கொஞ்சம் அமைதியா இரு எல்லாம் முடிஞ்சதும் சொல்லுறன்"... அப்படின்னு இருவரும் உத்ராவை அடக்க

இல்ல ஸார் இவ எப்பவும் என்னை இனியா-ன்னும் என் வைப்ப அம்மு-ன்னும் கூப்பிடுவா ஸார் என டாக்டர் சரவணன் கூறினார்.

"ஓ கே ஸார் இவங்கள கோர்ட்ல புரசிட் பன்னிரலாமா ஸார்…"

"ம்ம் ஓகே ஸார் இவங்கள கோர்ட்ல ஹான்டோவர் பன்னிரலாம் ஸார்" என ஆரியன் கூற..

இங்கே என்ன நடக்கிறது என்று ஒன்னும் புரியாமல் அவளது இரு விழிகளையும் உருட்டி உருட்டி பார்த்தாள் உத்ரா…

அவளது விழிகளில் எண்ணற்ற விடைத் தெரியாத கேள்விகளும். இவர்களின் புரியாத வாதங்களும் எதோ ஒரு மனநிலைக்கு தள்ள.

அப்போது யாரோ ஒருவர் உத்ரா உத்ரா எனக் கூப்பிடும் குரல் கேட்டு டக்குன்னு சுய நினைவுக்கு வந்த உத்ரா யார் என்று பார்த்தால் கூப்பிட்டது ஆரியன் என அவளுக்கு தெரிந்தது..

அவனும் ஏதோ கூற வர..

இனியா என்கிற டாக்டர் சரவணன் அவளிடம் பேச தொடங்கினான்..

"உத்ரா இப்போ நீ ஓ கே தானே எனக் கேட்டான் சரவணன்..."

"அவளும் இங்க என்னதான் நடக்குது நான் எப்படி இங்கே வந்தன்."

"ஆரியா நான் உன் கார்ல ஏறுனன் எனக்கு ஏதோ மயக்கம் வர மாதிரி இருந்துச்சு. அப்புறம் நான் எப்படி இங்கே வந்தேன்.

ஒ ஆரியா நீ தான் என்ன இங்கே கூட்டிட்டு வந்து இருக்கன்னு எனக்கு தெரியுது சரி இங்கே என்னதான் நடக்குது…"

"இதெல்லாம் அப்புறம் சொல்லுறன் ம்மா இது ஒரு பெரிய கதை" அப்படின்னு ஆரியன் கூறினான்…

ஆரியனும் சரவணனும் அங்கிருந்து புறப்பட்டு சென்றனர்…

உத்ரா தனது நினைவலைகளை திருப்பி பார்க்க ஆரம்பித்தாள்..

இங்கே ஆரியனும் சரவணனும் பேசிக்கொண்டே நடந்தார்கள்.

"என்னாடா இவ சரி ஆகிடுவாளா…"

"இவளுக்கு ஆறு மாசம் எந்தவித பாதிப்பும் இல்லாம எந்தவொரு கேரக்டரும் இவளை டிஸ்டர்ப் பன்னாம இருந்து இவ எந்தவொரு டிப்பிரஷன் ஸ்டேட்டுக்கு போகாம இருந்தா இவ 100% கியுர் ஆகிடுவா டா என டாக்டர் சரவணன் கூறினார்…"

அடுத்த நாள் உத்ராவை கோர்ட்டில் ஒப்படைக்க பட்டாள் மொத்த மீடியாவும் இவளது கேஸ்ஸை பற்றிய விவாதத்தை மட்டுமே அன்றைய பொழுது முழுவதும் ஒளிபரப்பியது.

செய்திதாளில் ஏதோ ஒரு மூலையில் இருந்த இவளது செய்தி இன்றைய பிரேக்கிங் நியூஸ்..

சில வாய்தாக்கள் , சில விவாதங்கள் போன்றவை கோர்ட்டில் நடந்து முடிந்த எட்டாவது மாதம் அவளுக்கு தீர்ப்பு வழங்கப்பட்டது . உத்ரா நிரபராதி எனவும் அவளது மனநலம் சரியில்லாத காரணத்தினால் ஏற்பட்ட கொலைக்கும் அவளுக்கும் எந்தவொரு சம்மந்தமும் இல்லை என்றும். உத்ராவை ஆறு மாதக் காலம் மனநல மருத்துவமனையில் அனுமதிக்குமாறும். அரசாங்க சைக்காட்ரீஸ்ட் மருத்துவர் பூரணமாக இவர் குணமடைந்து விட்டார் என்று சான்றளிக்கும் பட்சத்தில் அவரை அங்கிருந்து அவரது உறவினர்கள் டிஸ்சார்ஜ் பண்ணிக்கலாம். மூன்று வருடங்கள் அந்த மருத்துவரிடம் கவுன்சிலிங் பெறும் நாட்குறிப்பை அருகில் உள்ள காவல் நிலையத்தில் சமர்ப்பிக்க வேண்டும் என அந்த தீர்ப்பு எழுதப்பட்டது...

ஆறு மாதம் மனநல காப்பகத்தில் தங்கியிருந்து வெளியே வந்தாள் உத்ரா. அவளை வரவேற்க சரவணன் அங்கே நின்று கொண்டிருந்தான்…

என்றுமில்லாத புன்னகை என்றும் இல்லாத ஆனந்தம் அவளது கண்களில் தெரிந்தது…

என்றும் குழப்ப நிலையில் இருந்தவள் இன்று எதோ தெளிந்த நிலையில் இருந்தாள் . ஆறு மாதம் கழித்து முதல் முறையாக சரவணனை பார்த்ததும் ஒரு புன் சிரிப்பு…

சரவணன் அந்த சிரிப்புக்கான அர்த்தத்தை புரிந்து கொண்டு என்ன காரணம் என்று நினைத்து பார்க்க ஆரம்பித்தான்.

அன்று ஒரு நாள் உத்ரா போன் செய்தால் சரவணனுக்கு..

சரவணன் அந்த காலை அட்டன் செய்தார்…

"ஹலோ இனியா எப்படி இருக்க…"

"ம்ம் நல்லா இருக்கேன் நீ…"

"ம்ம்.."

"எனக்கு ஒரு உதவி…"

"ம்ம் சொல்லு உத்ரா…"

"நான் ஒரு ஒரு கொலை பண்ணனும்…"

தண்ணி குடித்து கொண்டு இருந்த சரவணனுக்கு பொறை ஏரியது..

ஹம் ஹம் என்று சரவணன் இரும்ப….

"என்னாச்சு இனியா.."

"ஒன்னும் இல்ல. ஆமா நீ என்னா சொன்ன"

"ஒரு கொலை பன்னுனுமுன்னு சொன்னேன் ஏன்"

"ம்ம் பன்னிரலாம் பன்னிரலாம் சிக்கனா மட்டனா.."

"நான் மனுஷன சொல்லுறன்.."

அவளது குரலில் இருந்த சீரியஸ்னஸ்ஸை புரிந்து கொண்ட சரவணன்…

"ஏய் நீ என்னா விளையாடுறியா சாதாரணமாக ஆட்டை வெட்டுற மாதிரி கொலை பன்னனும்ன்னு சொல்லுற.."

"ஆமா இனியா உன் உதவி எனக்கு தேவை.."

"என் உதவியா..... என்னா.."

"நீ தான் இதுல இருந்து தப்பிக்க ஒரு வழிச் சொல்லனும்…"

"சரி நான் ஒரு ஐடியா சொல்லுறன் அதுக்கு முன்னாடி ஏன் இந்த கொலை வெறி ன்னு நான் தெரிஞ்சிக்கலாமா…"

"அவளை பார்த்தேன் டா.."

"யார பார்த்தே..... எங்கப் பார்த்தே... என்ன டென்த் ல அபியுஸ் பன்ன டீச்சர்ல்ல ஒருத்தி."

அப்போது சரவணன் நினைத்து பார்த்தான்..

அவள் பத்தாம் வகுப்பு படிக்கும் போது இந்த நாகராஜும் இந்த மகேஸ்வரியும் உடலுறவு வைத்து கொண்டு இருந்ததை உத்ரா பார்த்து விட்டாள் இதை இவள் எங்கும் சொல்லிறக்கூடாது என்பதற்காக அவளை இருவரும் பலவந்தமாக அழைத்து அவளை தொடக்கூடாத இடத்தில் தொட்டனர். உத்ராவின் உதட்டில் மகேஸ்வரி வலுக்கட்டாயமாக முத்தத்தை திணித்தாள் அதை புகைப்படம் எடுத்து கொண்ட நாகராஜ் இதை நீ வேற எங்கயாவது வெளிய சொன்னா

இதை நான் போஸ்டர் அடிச்சு ஊரெல்லாம் ஒட்டுவன் என மிரட்டினான்…

ஏற்கனவே அவளது சிறுவயதில் ஒருவன் தந்த முத்தத்தில் இருந்து அவள் விடுபட முடியாமல் தவித்து கொண்டிருந்த நிலையில் இந்த சம்பவம் அவளை மேலும் பாதித்தது..

இது அவளின் உணர்வை மேலும் புண்படுத்தியது..

மேலே புழு ஏறுவது போலும் உடம்பெல்லாம் என்னவோ ஏறுவது போலும் தினந்தோறும் அவளது உடம்பை ஒரு கர்ச்சிப்பில் தண்ணீரை நனைத்து தினந்தோறும் துடைத்து கொண்டு இருந்ததை சரவணன் நினைத்து பார்க்க..

ஹலோ என்று உத்ரா கூப்பிட…அப்போது தான் அவன் நினைவுக்கு வந்தான்

"ம்ம் சொல்லு உத்ரா எங்க அவளை பார்த்தே…"

"அவளை நியூஸ் பேப்பர்ல பார்த்தேன் டா…"

"நியூஸ் பேப்பர்லயா…!"

"ம்ம் ஆமா" அவளுக்கு நல்லாசிரியர் விருது கொடுத்து தமிழக அரசு அவளை கவுரித்த நியூஸ் தான் அது.

"சரி அதை எல்லாம் மறந்து தூக்கி போடு உத்ரா அவ பன்னதுக்கு நீ பழி வாங்கறதுன்னுங்கறது ரொம்ப தப்புமா.."

"தினம் தினம் அதை நினைச்சு நினைச்சு செத்து செத்து வாழ்றதுக்கு பதிலா நான் செத்து போயிரலாம்ன்னு எல்லாம் நினைச்சு இருக்கேன் தெரியுமா…"

"ஏய் என்னா லூசு மாதிரி பேசுற.."

"அப்படியே நான் தூங்கும் போது எல்லாம் என் மேல ஏதோ பாம்பு பல்லி ஊருர மாதிரி ல்லாம்

இருக்கு தெரியுமா உனக்கு.. என அழ ஆரம்பித்தாள்"

"சரி அழாத உத்ரா..

நான் சொல்லுறதை கேளு உத்ரா….."

"ம்ம்" என்று அழுதுகொண்டே கூற…

"இன்னையில் இருந்து நீ உத்ரா இல்ல ஆதித்யா…"

"ஆதித்யா வா….!"

"ஆமா உனக்கு இன்னையில் இருந்து மல்டிப்பல் டிஸ்ஸாடர்.."

"ஒகே அப்போ நான் வேற ஒருத்தனா போய் அவளை கொலை பன்ன போறேன்னா.."

"ஆமா.... அதுக்கப்புறம் அவளைப் பற்றிய முழு டேட்டாவும் எனக்கு வேனும்.

லிசன் இனிமே நீ ஆதித்யாவா இருக்குற அப்போ மட்டும் என்னை சரவணா ன்னு கூப்பிடு மற்ற சமயத்தில்ல நீ எப்பவும் போல பேசு. ஒரு முக்கியமான விசியம் இந்த மேட்டர் எக்காரணத்து கொண்டும் ஆர்த்திக்கு தெரிய கூடாது இரண்டாவது அவளே நம்புற அளவுக்கு இந்த கேரெக்டரை மெயின்டன் பன்னி நீ நடிக்கனும் ஸாரி நீ நடிக்க கூடாது அந்த கேரக்டரா வாழுனும். சரியா"

"ம்ம் சரி இனியா.."

"அப்புறம் சொல்ல மறந்துட்டேன் சில நேரங்கள்ள.... நீ உத்ராவாவும் நீ ஆதித்யாவும் இருக்கனும்..... ரண்டாவது அவளோட சம்மந்தப்பட்ட அத்தனை டேட்டாவும் எனக்கு வேனும் அவளுக்கு மட்டுமே தெரிந்த பர்சனல் டேட்டாவா இருந்தாக் கூட எனக்கு தேவை பைனலா நான் சொல்லுறப்போ தான் கொலை பன்னனும் சரியா.."

"சரி சரவணா…"

என்று அவள் சிறு சிரிப்புடன் போனை வைத்தாள் அவள்…

பிறகு உத்ரா மகேஸ்வரியை பற்றி முழு தகவல்களை திரட்ட ஆரம்பித்தாள் அப்போது தான் அவளுக்கு தெரிந்தது இவள் வாழ்க்கையில் தாக்கத்தை ஏற்படுத்திய மூவரும் மகேஸவரியின் வாழ்க்கையில் ஏதோ ஒரு விதத்தில் தொடர்பில் இருக்கிறார்கள் என்று.....

அன்றே முடிவு செய்து தெளிவாக பிளான் போட்டு அவர்களை தொடர்ந்து கண்காணித்து அந்த மூவரையும் தூக்கினோம் என சரவணன் நினைத்து கொண்டு இருந்தான்.

அப்போது அங்க வந்த உத்ரா ஹாய் இனியா என்று அருகே வந்து கட்டி அனைத்து அவளது நன்றியை தெரிவித்தாள்…

"என்னதான் இருந்தாலும் நீ இவ்வளோ க்ருயலா இருந்திருக்கக்கூடாது உத்ரா.."

"க்ருயல்லா டி வில்லி ... அவங்க 90's மோஸ்ட் பேமஸ் பேஸன் டிசைனர் இல்ல...!!!!" என உத்ரா முடிக்

சரவணன் லேசாக ஒரு புன் சிரிப்பு சிரிக்க…

அப்படியே பேசி கொண்டு இருவரும் மெல்ல அங்கிருந்து காரில் ஏறி நகர்ந்தனர்……

****

இத்தனை மாதம் உள்ளே அடைந்து கிடந்த உத்ராவுக்கு.. வெளிக்காற்று தேவைப்பட.... கடற்கரை போக நினைத்தவள்.. தயாராகி கிளம்பினாள். ஆரியன் முதன் முதலில் வாங்கித்தந்த ரோஸ் கலர் சுடியை எடுத்து அணிந்துக்கொண்டவள். மறைத்து வைக்கப்பட்ட ஏக்கங்கள் மேலே எழ...... கிளம்பி வந்து டேக்சியில் ஏறினாள்.

டிராப்பிக், மக்களின் கூச்சில், அங்கங்கே டிராபிக்கின் போது ஏற்படும் சண்டை. அந்த இறைச்சல் , இனியமையான இசைபோல தோன்றியது உத்ராவுக்கு.

" ஆறு மாதம் அந்த தனிமை அறையில் பைத்தியம் பிடிப்பது போலிருந்தது.. நல்ல வேலை வெளியே வந்துட்டோம்..." கடற்கரை வந்துவிட்டது என டேக்சி டிரைவர் சொல்ல.

டேக்சிக்கான பணத்தை கொடுத்துவிட்டு.. கடலை நோக்கி உத்ரா இரண்டு அடி, எடுத்து வைக்கவே சிரமப்பட்டாள்..

"ச்சே.. இந்த செருப்பு வேறு.. சரியான இம்சை , சரியாக நடக்க கூட முடியலை " காலில் போட்டிருந்த செருப்பை கழற்றி கையில் பிடித்து நடந்தவளுக்கு.. மனதில் உள்ளே ஒழிந்து கொண்டுருக்கும் சிறு பிள்ளை எடிப்பார்க்க. ஒயிலாக நடந்தாள்.. நடக்கும் போது, புதையும் கால்களை வீடியோ எடுத்துக்கொண்டு வந்தவளின் கண்ணில். இடது காலில் உள்ள கருமணி கொலுசை பார்த்த உத்ராவுக்கு... அவளிடமிருந்து வெளிவந்த குழந்தை எங்கோ சென்று ஒளிந்துக்கொள்ள. வீடியோவை அணைத்தாள் .

மனதில்…சொல்ல முடியாத வலியை உணர்ந்தாள் உத்ரா.. இரண்டு கருப்பு கிரிஸ்டல் மணி கோர்த்த கொலுசு, அவளை பார்த்து நக்கலாக சிரித்தது.

காலில் அணிந்திருந்த இரண்டு கொலுசில் ஒன்றை ஆரியன்.. கெஞ்சி கொஞ்சி வாங்கி பத்திறப்படுத்திக்கொண்டான். பழைய நினைவுகள் என்னும் கடலில் உத்ரா மூழ்க.

"அவன் இன்னும் வைத்திருப்பானா ? அந்த ஒற்றை கொலுசை. இல்லை அவனுக்கு நானே வேண்டாத போது என் பொருள் மட்டும், அவனிடமிருக்குமா என்ன ? "என்னதான் காதலை விட்டுவிட்டது போல, உத்ரா வெளியே காட்டிக்கொண்டாலும்.. அவனின் மீது உள்ள பாசம் உரிமை மீண்டும் வேண்டும் என்று அவளது குழந்தை மனம் ஒரு புறம் அடம்பிடித்தாலும்.. அவளது தெளிவு பெற்ற மனமோ.. "இல்லை உத்ரா அவன் பாவம், நல்லா இருக்கனும்… அவனுக்கு பிடிச்ச துறையில் இன்னும் சாதிச்சி. இனிமையான மனைவி குழந்தைகளோடு சந்தேஷமா இருக்கனும் "என உத்ரா மனதில் அவனது நலனுக்கு நினைத்தாலும். ' இனி அவன் வாழ்வில் இல்லையே..நான் ? அவன் கை கோர்த்தும், அவனின் தோள் சாய்ந்து, உரிமையாக இந்த

சிட்டியை சுற்றிவர நினைத்தது எல்லாம் கனவாக போய்விட்டதே..' என்ற ஏக்கங்களின் வெளிப்பாடாக கண்கள் தெறித்த, கண்ணீரை அந்த உப்பு கரையில் அமைதியாக… கரைத்துக்கொண்டிருந்தாள் உத்ரா.

அவனை பிரிந்த போது நடந்த நினைவுகளை கஷ்டப்பட்டு ஒதுக்கி வைத்தவள்.

அவனுடனான இனிமையான நினைவுகளை மீட்ட துவங்கியவளின் மனதில் திடீரென ஒரு கேள்வி வந்தது.

"நம்ம பாட்டுக்கு விளையாட்டு தனமா கொலை செஞ்சிட்டோம்... இது எல்லாம் சரியா ? தவறா? தனக்கு தானே பேசிக்கொண்டவள். மனதில் சிறுவயதிலிருந்து அவளுக்கு நடந்தது அனைத்தும் ஒரு குறும்படம் போல ஓடியது. தவறு செய்யாத எனக்கேன் இந்த தண்டனை ?

''இதில் எங்கு என் தவறு இருக்கிறது.....

என்னுடைய குழந்தை பருவ சிறகை அவன்.. உடைக்காமளிருந்திருந்தால் ...!!!,

கூட படிக்கும் அந்த கிளிமூக்கு பெண்
மற்றவர்களிடமிருந்து என்னை விசித்திரமாக
காட்டாமலிருந்திருந்தால்...!!!

அவள் என்னை பிட் அடித்தேன் என்று
சொல்லாமலிருந்திருதால் ...!!!

என் தோழி பிங்கி அதை நம்பாமல்
இருந்திருந்தால்...!!!

அந்த ஆசிரியர்கள் அவர்கள் செய்த தவறை
மறைக்க.. என்னை
உபயோகிக்காமளிருந்திருந்தால் !!!

கிடைத்த முதல் நட்பு வட்டாரம் மீண்டும்
என்னை ஒதுக்காமலிருந்திருந்தால்.. !!!

இவர்கள் செய்த அனைத்தும் என் மனதை
பாதிக்காமலிருந்திருந்தால்.... !!!

எனக்கு கிடைத்த.. முதல் நண்பனிடம் நான்
அனைத்து அழுத்தையும் ஆயுதமாக்கி
அவனை குத்திக்கிழிக்காமலிருந்திருதால்..!!!

இன்று அவனது கை அணைப்பில்
குழந்தையாகவும், சிறகில்லாத பறக்கும்
பட்டாம் பூச்சியாகவும் சுற்றி திரிந்திருப்பேன். '

இவை அனைத்தும் யோசிக்கும் போதே.. உத்ராவை நடு உச்சியில், யாரோ சுத்தியால் அடித்தது போல உணர்வு. அவள் நின்றிருந்த இடத்திலேயே தளர்வாக உட்கார்ந்தாவள்.

கண்களை மூடி.. 'பாப்பாக்கு எதுமில்லை.. நிஜத்தில் இல்லாத உன் காதலன்.. கனவில் உன்னுடனிருப்பான்.. அந்த சிரித்த முகம்... " ஆரியாவுடனிருந்த சில சுவாரசியமான நிகழ்விகளை மீட்க துவங்கினாள். இந்த கசப்பான அனுபவங்களை மறைக்க.

"அவன் என் இனிமையானவன். அவன் வாழ்வை பற்றி சிறிதும் கவலை படாமல்.. எனக்காக என்னை உயர்த்துவதற்காக. படிக்க கஷ்டமாக இருந்த போது அவன் படித்து.. வாய்ஸ் நோட்ஸ் செய்து அனுப்பிய அவன் அக்கறை.... ஒன்னு இரண்டு வாய்ஸ் நோட் இல்லை··· மூனு சப்ஜக்ட், ஆறாம் வகுப்பு முதல் பன்னிரண்டு வகுப்பு வரை.. அவன் குரலுக்காகவே.. இஷ்டப்பட்டு படிக்க துவங்கினேன். என்னுடைய போன் முழுவதும் அவனது குரல் தான்··· அந்த இனிமையான குரலுக்கு அடிமை ஆனேன்··· சிறு குழந்தைக்கு பாடம் எடுப்பது போல கொஞ்சும் குரலில் பாடமெடுப்பான். நேரில் அமர்ந்து அவன் பாடம்

எடுக்கும் அழகை.. கன்னத்தில் கைவைத்து ரசிக்க வேண்டும் என்பது எனது பல நாள் கனவு… ஆனால் இனி அது எப்போதும் நடக்காதுல்ல…"

"நான் படித்து படித்து சோர்வடையக்கூடாது என்று ஒரு பை நிறையும் அளவுக்கு வாங்கித்தந்த நொறுக்கு தீனிகள், கடலை மிட்டாய் , தேங்கா வருக்கி, பனை வெள்ளம், செம்பருத்தி பூவை காயவைத்து அரைத்து டப்பாவில் நிறப்பிய அதன் தூள்.. இதில் தினமும் நான் டீ போட்டு குடிக்கவில்லை என்றால் நாய் போல கடித்து குதறிவிடுவான்.."

"நான் ஆசைப்பட்டு கையை காட்டுவதை எல்லாம் வாங்கித்தந்த அவனது ஏ. டி. எம் கார்ட்".

"பல மணி நேரம் இனிமையாக கழித்த பொழுதுகள். "

"என்னை அதிகம் சிரிக்க வைத்த.. அவனது குரல். என்னை விழுங்கிவிடுவது போல பார்க்கும் அவனது பார்வை."

"குட்டியாக வெட்டிருக்கும் அவனது முடி. சில நாள் வளர்க்கப்பட்ட தாடி.. கரடி என்று கிண்டல் செய்த தருணங்கள்."

"முகத்திலிருக்கும் அவனது அழகுக்கு அழகு சேர்க்கும் மச்சம்... அதனை வலிக்கும் அளவுக்கு பிடித்து இழுக்க வேண்டும் என்று பறபறத்த கைகளை அடக்க நான் பட்ட பாடு எனக்கு தான் தெரியும். "

"போன் வைக்க போகும் சமயம்... தாயை பிரிந்து போவது போல.. முகத்தை கோனி " ஃபோனை வைக்காதே" என்று கோபிக்கும் அவனது குறும்பு. என்னை தாயாய் உணர வைத்த தருணங்கள்."

"எனது கண்ணீர் கண்டு பதறிய, அவன் முகத்தில் என் தாயையும், தந்தையையும் ஒருசேர பார்த்தது."

"அவன் என்னிடம் " பார்க்க வா" என்று அழைப்பதும்.. "முடியாது…" என்று நான் மறுப்பதும்.. கடைசியாக அவனது பால் வடியும் குரலை வைத்து சில மணி நேரத்தில் சந்தித்த தருணங்கள். சில நிமிடமாக இருந்தாலும் அவனை ரசித்த அழகிய நேரமது. "

" வழி முழுவதும் சிறு பிள்ளை போல வண்டியின் நெம்பர் பிளேட்டின் நம்பரை பார்த்து .. (999,7777) வியந்து சிரித்த தருணங்கள் "

"என் பெயரையும் அவன் பெயரையும் சேர்த்து சொல்லும் போது, அவன் முகத்தில் வந்து போகும் ஒரு ஒளி. "

"என்னை செல்லம் கொஞ்ச அவன் உபயோக படுத்திய வார்த்தைகள்... பேபி, ஏஞ்சல், என் குட்டி பட்டர்ப்ளை...என நொடிக்கு ஒரு பேர் வைப்பான் சலிக்காமல். "

"அவன் பேபி சொல்லியே என்னை கெடுத்துவிட்டான்.. அவன் , குழந்தை போல என்னை நினைத்து அனைத்துக்கும் அடம்பிடிப்பேன். அவன் என்னை கொஞ்ச வேண்டுமென்று."

"அவன் சமாதானம் படுத்த துவங்கும் போதே சமாதினமாகிவிடுவேன். ஆனால் அதை மணி கணக்காக இழுத்து..அவனது கொஞ்சலை.... அடக்கிய புன்னகையோடு ரசிப்பேன். என் மீது உள்ள வெறுப்பு விதையை நான் என் கையால் விதைத்தது வேறு கதை".

"முதலில் ஆண் நண்பன் என்று பேச தயங்கிய எனக்கு, நம்பிக்கை.. பாதுகாப்பு கொடுத்து.. சரலமாக பேசவைத்தான். "

"சிறு வயதில் ஏற்பட்ட பாதிப்பால் ஓட்டு மொத்த ஆண் இனத்தை.. கொடுற பிறவியாக நினைத்த என்னுடைய கற்பனை பிம்பத்தை உடைத்த தருணங்கள்."

"சிறு பிள்ளை போல அவனை பார்வையால் மிரட்டிய நிமிடங்கள்.."

"நண்பனில் இருந்து காதலனாக இதயத்தில் வேரூன்றிய பொழுதுகளில் அவனிடம், "எவன் பொண்டாட்டிக்கு காவல் காத்துட்டிருக்க டா " என்று தொடங்க. அவனின் பதில் என் அடி மனதை சிலிர்க்க வைத்தது… " நீ தான் என் வைப்னு எனக்கு தெரியும்.. என்னை தவிர எவனாலையும் உன்னை சந்தோஷமா வச்சிக்க முடியாது…" என் உயிரை அவனுடன் சேர்த்த தருணங்கள். நண்பன் என்ற போர்வைக்குள்… காதலனாக உறவாடிக்கொண்டிருந்தேன். "

“உன் மேல் காதல் இருக்கு... ஆனா இல்லை...” என்று மாற்றி மாற்றி சொல்லி எஸ். ஜே சூரியாவுக்கே டப் கொடுத்தபோது. அவனது மண்டையை பிச்சிக்க செய்த போதும், அவனிடமிருந்து வரும் புன்னகைக்கு நான் அடிமை. "

"என் விரிந்த உலகத்தை.. ஒருவனால் விழுங்க முடியும் என்றால், அது அவனால் மட்டுமே."

“தினமும் டைரி எழுது.. அதன் முடிவில் இவை அனைத்தும் தந்த இயற்க்கைக்கு நன்றி சொல்லு” என்று அவன் சொன்ன போது அது பிடித்திருந்தது.. ஆனால் நான் அவனிடம் “ முடியாது.. போ எனக்கு இந்த கடவுள், இயற்கை மீது நம்பிக்கையில்லை… அதுமில்லாமல் வேற வேலை வெட்டி இல்லையா “ என்று சொன்ன அனைத்தையும் அவனுக்கு தெரியாமல், அவனுக்கு ஒரு நாள் இன்ப அதிர்ச்சி கொடுக்க… சேகரிக்க துவங்கினேன்."

"அவன் தேர்வில் பாஸ் பண்ண மறு நொடி, அவனது வீட்டுக்கு போய், அவனுக்காக நான் ஆசை ஆசையாக சேகரித்த அனைத்தையும் அவனிடம் கொடுக்க நினைத்தேன்.. ஆனால், அவன் கண்களுக்கு இது இனி இனிக்காது. தேவைப்படும்போது கொடுக்காத பாசமும்… பரிசும் குப்பைக்கூடைக்கு தான் போகும்."

"அவன் ஆசையாக கேட்ட போது சில வற்றை தள்ளி வைத்து.... ஒரே நாளில் அவனை மகிழ்ச்சி கடலில் முழ்கடிக்க பார்த்தேன். ஆனால் அது இனி எப்போதும் முடியாதது. "

"காலம் என் மீதிருந்த வெறுப்பை அழித்துவிடும்.. ஆனால் அவனை ஏங்க விட்டது மட்டும் மனதை கரையான் போல அரித்துக்கொண்டிருக்கிறது."

"அவன் ஆசையாக. சப்பாத்தி, நூடுல்ஸ், தூதுவளை பொடி, மைசூர் பாக்கு, ரசகுல்லா .. என அவனுக்கு விருப்பமான அனைத்தையும் என் கையால் செய்து தர சொல்லி எத்தனையோ முறை கேட்டான். நான் தள்ளிப்போட்டதின் தவறை இன்று உணர்ந்து கொண்டேன். இனி அந்த வாய்ப்பும் எனக்கு கிடைக்காது.. இப்போது

ஆசையா இருக்கு அவனுக்கு செய்து தரனும்.. அவன் ரசித்து உண்ணும் அழகை கண் சிமிட்டாமல் பார்க்கனும் போல இருக்கு "

"அவனுக்காக எழுதிவைத்திருந்த ...அவனை ரசித்த தருணங்கள்.. காதல் வசனங்கள்.. காதல் கவிதைகள் இனி அவன் கண்கள் என்றும் பார்க்க போவதில்லை."

"அவனுக்காக சேகரித்த அனைத்தையும் என்னுடன் எப்போதும் வைத்திருப்பேன்."

என்றாவது எதேர்ச்சையாக அவனை பார்த்தால். அவன் கையில் கொடுத்துவிட வேண்டுமென்று. ஆனால், இனி இதுக்கு வேலையில்லை என்று நினைத்தவள் கடலின் அலைகள் கரையை அணைக்கும் இடத்தில் நின்றிருந்தாள்

தனது பையில் வைத்திருந்த அந்த பொக்கிசத்தை அணைத்துக்கொண்டாள்… “ சாரி ஆரியா.. நீ எடுத்த முடிவு சரி தான், என்னை போல பைத்தியம் உனக்கு வேண்டாம்.. ஸ்டில் ஐ லவ் யூ . என் வாழ்க்கையில் வேறு யாராவது

வந்தாலும்.. உன்னை தான் அவங்க கிட்ட தேடுவேன்… அதனால தனியாவே இருந்துக்க முடிவு எடுத்திருக்கேன்…"

அந்த கவருக்கு முத்தம் கொடுத்தவள்… " ஆரியன் இல்லாத அப்போ, எனக்கு ஆறுதலாக இருந்தது நீ மட்டும் தான்.. உன்னையும் இப்போ பிரிய போறது நினைச்சா பயமா இருக்கு தங்கம். இனி ஆரியன் கூட சேர்த்து உன்னையும் மிஸ் செய்வேன் டா " சில நிமிடங்களாக பேசி முடித்து.. மனதே வராமல்,

அவளது கைகளில் இருக்கும் காகிதத்தை.. மனதை கல்லாக்கிக்கொண்டு போட்டாள்.

சிறிது சிறிதாக கடல் அலைகள் தன் வாய் கொண்டு அவள் பல வருடங்களாக சேகரித்த காதல் பரிசுகளை கடல் அலை விழுங்கிக்கொண்டிருப்பதை பார்க்கும் சக்தி இல்லாமல்.

அந்த இடத்தைவிட்டு நகர்ந்து வரும் போது. ஒரு பழக்கப்பட்ட உருவம் அவளுக்கு எதிரே நின்றிருந்தது.

போலீஸ் உடையில் கம்பீரமாக தனது நீண்ட கரங்களை கட்டி நின்றிருந்தான்... ஆரியன் அவள் வெறுக்கும் காக்கி சட்டையை முதன் முதலாக ரசித்தாள்..

மனதில் குடியிருக்கும் அரசன்.. தனக்கு பிடிக்காதது எது செய்தாலும் பிடிக்கும் போல. எல்லாம் காதல் செய்யும் மாயை.

அவனை நிமிர்ந்து பார்க்கும் துணிவில்லாமல், அந்த ஈரமான மணலில் தொலைந்து போன ஊசியை தேடுவது போல தரையில் ஏதோ தேடிக்கொண்டிருந்தாள்.

மனதில் ஒரு தைரியத்தை வரவழைத்து. அவனிடம் மன்னிப்பு கேட்க அவள் விழிகளை உயர்த்த.

அவனது சலனமில்வாத பார்வை சொன்னது.." இரண்டடி எட்டி தள்ளியே நில் பெண்ணே. உனக்கும் எனக்கும் எந்த ஒட்டுமில்லை, உறவுமில்லை " என்பது போல .

அவனோடு வாழ வேண்டும் என்று நினைத்த அவளின் கடைசி சொல்லும் இந்த பார்வையை கண்டு தற்கொலை செய்துகொண்டது.

"நான் செய்ததுக்கு.. மன்னிப்பு கேட்க நினைத்த எனக்கு வாயிலிருந்து, வார்த்தைக்கு பதிலாக காற்றுதான் வந்தது. "

"கண்களை மூடி என்னை ஆசுவாசப்படுத்திக்கொண்டு. அவன் விழிகளில். என்மிது நட்பு பார்வையாவது இருக்கிறதா..என்று தேடிய எனக்கு கிடைத்த பதில் "இல்லை "

"ஒரு ஆழ்ந்த மூச்சிக்கு பிறகு. அவன் கண்களை பார்த்து.. என் கண்கள் அவனிடம் மன்னிப்பு கேட்டது.". இருவரும் சேர்ந்து உறவாட மன்னிப்பு கேட்கவில்லை. மனதால் அவனை சர்வாதிகாரியாக துன்புறுத்தியதற்க்கான மன்னிப்பு.. என் போன் உரையாடலால் அவனுக்கு வந்த உடல் உபாதைக்கான மன்னிப்பு" .

"அவன் ஆசையாக கேட்ட எதையும் என் கையால் செய்து கொடுக்காததற்கான மன்னிப்பு. அவனிடம் மன்னிப்பு கேட்க லட்ச விஷயமிருந்தாலும்.. நிறுத்தி விட்டாள்.. என் கண்ணீரை அவன் முன் சிந்திவிட்டால். ஏற்கனவே என் மீது இருக்கும் வெறுப்பை அதிகரிப்பது போலாகிவடும்.. என்று சில மன்னிப்புகளில் முடித்துக்கொண்டாள்".

கண்களால் கேட்டுவிட்டு.. அவனை கடைசியாக தன் கண்ணில் நிறைத்துகொண்டு..

"இரண்டு அடி மெதுவாக எடுத்து வைத்தேன். என் கையை பிடித்து அவனுடன் அழைத்து செல்ல மாட்டானா என்று காதல் கொண்ட மனம் நினைக்க மறக்க வில்லை. ஆனால் அது நடக்க நான் ஒன்னும் சாதாரணமான செயல் செய்யவில்லையே..செய்தது எல்லாம் இரக்கமற்ற செயல்கள். "

"எங்கும் அவன் நினைவு எதிலும் அவன் நினைவு. வானம் நட்சத்திரம், பறவைகள், இந்த காற்று..... நான் அணிந்திருந்த உடை கூட அவன் வாங்கித்தந்தது தான். அந்த ஆடையை வருடிக்கொண்டே நடந்து வர".

"அவன் வாழ்க்கைக்கு நான் சொந்தக்காரியாக இல்லாமல் போகலாம்.. ஆனால் என் அனைத்து நினைவுகளுக்கும் அவன் தான் சொந்தக்காரன். "

"நிஜத்தில் தவறுதலாக அவனை இழந்த நான் கனவில் கணவனாக அணைத்துக்கொண்டேன். நேரில் நிறைவேற்ற முடியாத அனைத்தையும்.. அவனுக்கு கனவில் மனைவியாகி அனைத்தையும் மகிழ்ச்சியாக செய்து

போடுகிறேன். அவன் ஆசைப்போல எங்களுக்கு இரட்டை பெண் குழந்தை; அவனை போலவே... நாங்கள் இருவரும். வாழ நினைத்த, வாழ முடியாமல் போன, என் வாழ்க்கையை அவனோடு வாழ்கிறேன் கனவில். .....'

நான் வாழ நினைத்த வாழ்க்கையை, கனவில் காண்பதற்கு யார் காரணம். சுற்றி இருந்த சிலர். அவரவர் வாழ்க்கையை அவர்கள் வாழாமல், மற்றவர்கள் வாழ்வை வாழ விடாமல் செய்தார்கள் ....அதன் விளைவு... நான் கொலைகள் செய்தது , இது வா சாதாரண வாழ்க்கை ? என்ன தான் கனவில் வாழ்ந்தாலும் நேரில் என் கண்ணீரை துடைக்க அவனில்லையே.. என் மீது வீசிய காதல் பார்வை எங்கே ?

"நண்பர்கள் மத்தியில் என் சுண்டு விரலை பிடித்து நடந்த அவனது கரங்கள் எங்கே ?"

"என் சிறு வயதை குலைத்த இந்த சமூகம் ஒரு பயத்தை கிளப்பியது .. அதன் தாக்கத்தால், நான் இழந்த வாழ்க்கை எனக்கு கிடைக்குமா ? கெடுக்க வந்தவர்களால் . என் காதலனை என்னிடம் மீண்டும் கொடுக்க முடியுமா. ?"

"நல்லவர்கள் வேசத்திலிருக்கும் .. நயவஞ்சக கூட்டங்களே.. மறவாதீர்கள், உங்கள் பிள்ளைக்கும் நீங்கள் செய்தது நடக்க நிறைய வாய்ப்பிருக்கு. அல்லது உங்களை போல இன்னொருவளின் வாழ்க்கையை கொடுக்கவும் வாய்ப்பிருக்கு. "

"என் மன குமுரல்கள் சொல்லியது சில தான்.. அனைத்தும் சொன்னால் யாருக்கும் கண்ணில் கண்ணீர் இருக்காது வடிக்க.. "

"என்னை போல எத்தனை உத்ராவின் வாழ்வை சிதைக்க போறீங்க ?"

"இன்று இல்லை என்றாலும் என் தனிமையும் , கண்ணீரும் சேர்ந்து உங்களை சுடாமல் விடாது."

ஆக்ரோஷமாக நினைத்தவள் உடனே அமைதியாகி. "வேண்டாம் உத்ரா எதுக்கு இந்த கோபம், எதுக்கிந்த சாபம். விடு இதுவும் ஒரு காரணம் உன் காதலன் விட்டு சென்றதுக்கு... வேண்டாம் கனவில் வரும் கணவனும் மறைந்துவிட்டாள் என்ன செய்வது " பதறிய நெஞ்சை அடக்கியவள்.

''நான் கொடுத்த சாபம்.. பழிக்க வேண்டாம் ''
கடல் அன்னையிடம் பிரார்த்தனை
வைத்துவிட்டு.. கடலை விட்டு வெகு தூரம்
நடந்து போனாள். கண்களில் அவளையும் மீறி
வந்த அந்த ஒரு துளி கண்ணீரை
சுண்டிவிட்டவள்..வழியில் பார்க்கும் சிலரை
சிரிக்க வைங்கவும் அவர்களின் வாழ்க்கை
முன்னேற வைக்கவும் மறக்கவில்லை.. அந்த
கரும்பு கடை தாத்தாவின் வாழ்வை
ஒளிரவைத்தது போல.

உத்ரா அவளது வாழ்க்கையை தனது கனவில்
வாழ துவங்கினாள். நிஜத்தில் வாழ
விடவில்லையே ! இந்த சமூகம்.

ஆரியனையும் இங்கு தப்பு சொல்ல முடியாது.
ஆனால் அவன் செய்த ஒரு பிழை.. காதலுக்காக
தன்னை மாற்றிக்கொண்டதாகும்.. காதலிக்கு
தன்னை பிடிக்க வேண்டும் என்று நினைத்து
அவனது குணத்தை மாற்றியது
மட்டுமில்லாமல் தன் சுயத்தை இழந்து
திண்டாடினான்.

ஒரு கட்டத்தில் அவன் தன் சுயத்தை மீட்டெடுக்க நினைக்கும் போது.. அவனின் சிறு மாற்றங்களும் உத்ராவை பலமாக தாக்கியது.

அதோடு நின்றிருந்தாலாவது பரவாயில்லை..அவனது உடல் பாதிப்புக்கு தான் காரணம் என்று வருந்த மட்டும் தான் முடிந்தது உத்ராவால்.

அவன் இவ்வளவு நாள் காட்டியது பொய்யான முகமா? என்று கேள்வி எழுப்ப... துவங்கி, மன அழுத்தத்திலிருந்து வெளி வர நினைத்தவள் முதலில் தேடியது ஆரியனின் பாசத்தை.. காதலை.. அன்பை அது எதுவும் அவனால் கொடுக்க முடியவில்லை. அவனது உடல் நலமும் அதுக்கு ஒத்துக்கொள்ளவில்லை.

பிரிவுதான் இருவரின் எதிர்காலத்துக்கும் நல்லது என்று பிரிந்தவன், அறிய வாய்ப்பில்லை. அடுத்தடுத்த சந்திப்பில் முன்னால் காதலியை சைக்கோ .. கொலை காரியாகத்தான் பார்ப்பான் என்று....

அவனது காதல் பார்வை இல்லை, நேற்று அவனது தேவதை.. இன்று மற்றவர்களின் ரத்தத்தை குடிக்கும் ராட்சசியாக தெரிந்தாள்.

சற்று முன் அவள் போட்ட காகிதப்பை.. அலையில் சிறிது சிறிதாக நகர்ந்தது.. தனது அகண்ட அலை எனும் வாயால் விழுங்கிய கடலின் பெரிய வயிற்றில் பயணமாகிக்கொண்டிருந்ததை.. ஆரியன் அமைதியான தனது சலனமற்ற கண்களால் பார்த்துக் கொண்டிருந்தான்.

தவறு செய்தவர்கள் எங்கேயோ நிம்மதியாக வாழ்ந்துக்கொண்டிருக்க. அதில் சம்பந்தமில்லாத இரு உள்ளங்களை, பிரித்த சாபம் உத்ரா கொடுக்க மறுத்தாலும். இந்த இயற்கை கண்டிப்பாக கொடுக்கும்.

அதற்கு ஆமாம் என்பது கூறியது.. இந்த கடல்..ஒரு நிமிடம் தனது கொந்தலிப்பை காட்டியது. படகுகள் ஒன்றோடு ஒன்று மோதி சத்தம் காதை கிழித்தது. காற்றும் வேகமாக அடித்தது..

அமைதியாக கடலை வெறித்தவன் மனதில் வெறுமை... அவள் மீது பரிதாபம் மட்டும் தான் எஞ்சியிருந்தது. காதல் இருக்கிறதா என்ற கோள்விக்கு அவனிடம் பதிலில்லை.

தெளிந்த நீரோடையாகயுள்ள அவன் வாழ்வை கெடுத்துக்கொள்ள, அவன் விரும்பாதது ஒரு காரணம். அவனுக்கு பிடித்த அமைதியான வாழ்க்கை. பிடித்த வேலை.. யாருக்கும் தலை வணங்கவும் தேவையில்லை. எந்த உறவிலும் தலை கொடுக்க வேண்டாம். என்று அவன் நினைத்தான்

நிறைய சம்பாதித்து.. சிறிது செலவு செய்து.. மீதியை இல்லாதவர்களுக்கு உதவுவது என அவன் நினைத்த வாழ்க்கையை நிறைவாக வாழ்ந்துக்கொண்டிருந்தான்.

கடற்கறையை கடந்து வந்த உத்ரா.. நிறைய இனிப்புகளை வாங்கினாள், நடந்து வந்தவள் எடுத்து சாப்பிட்டுக்கொண்டே நடந்தாள் .ஷேர் ஆட்டோவில் ஏறினாள். ஏறிய சில வினாடிகளில் கண்ணில் பட்ட நிகழ்வை, பார்த்தவளின் ரத்தம் கொதித்தது..

ஒருவன் கவர்ன்மெண்ட் பள்ளி சீறுடை அணிந்திருந்த ஒரு பெண்ணை. சில்மிசம் செய்துக்கொண்டிருக்க அந்த அவனை உத்ரா எரிக்கும் கண்களால் பார்க்க.

உத்ரா முறைப்பதை பார்த்த அந்த பையன் ஆட்டோவை நிறுத்தி வேகமாக பணத்தை கொடுத்துவிட்டு ஓடினான்.

போகும் அவனின் ஐ.டி கார்டை லாவகமாக உத்ரா எடுத்துக்கொண்டாள். அந்த சிறு பெண் நிம்மதி பெருமூச்சி விட.

உத்ரா அந்த பெண் அருகில் அமர்ந்து. அந்த சிறுமியின் கைகளை பிடித்துக்கொண்டு பதற்றம் குறைந்ததும் “தைரியமா குரல் கொடுக்கனும்.. அவன் முதலில் டச் பண்ணும் போது, நீ தைரியமா அவனை அடிக்கனும்னு அவசியமில்லை.. பக்கமிருப்பவர்களிடம் சொல்ல கூடவா தைரியமில்லை.. இது தொடக்கம் தான்.. இன்னும் நீ கடக்கவேண்டிய தூரம் நிறைய இருக்கு தங்கம் தைரியமா இரு. “ உத்ரா தன் பையில் வைத்திருந்த ஒரு கவரை நீட்டினாள்.

அந்த சிறு பெண் ... என்ன இது என்று பார்வை வீச “ உனக்கு தேவைப்படும்··· முடிஞ்சா

எதாவது தற்காப்பு கலை கத்துக்கோ.. உன் தைரியத்தை அதிகப்படுத்தும் “

உத்ரா அவள் இறங்குமிடம் வந்ததும்.. இறங்கிபோக.

அந்த சிறு பெண் அந்த கவரை பிரித்து பார்க்க அதில் சின்ன கத்தியும், ஒரு மிளகாய் ஸ்ப்ரேவும் இருந்தது. அந்த பெண்.. நடந்து போகும் உத்ராவை நோக்கி நன்றி புன்னகை வீச.. உத்ராவும் ஒரு தலை அசைப்போடு நடந்தவள்…

மனதில் ஆயிரம் கேள்விகள்.

“பள்ளியில் விளையாட ஒரு பீரியட் ஒதுக்குவது போல அனைத்து பள்ளியிலும் அடிப்படையான தற்காப்பு கலை கற்றுக்கொடுக்கலாமே… ? தேவையில்லாதததுக்கு.. அரசாங்கம் எவ்வளவே செலவு செய்கிறது.. இது செய்தால் என்ன ?” தனது யோசனையை முடித்தவள்…

கையிலிருக்கும் ஐ. டி கார்டை பார்த்தாள்

இந்த முறை ஒரு கடிதம் எழுத நினைத்தாள் உத்ரா .

கையிலிருந்த.. ஐ.டி கார்டை பார்த்தவள்... 'இவனுக்கு ஒரு லேட்டர் எழுதலமா? இல்ல கொலை சொய்தது போதும்' என்று நினைத்தவள் இந்த ஐ.டி யை தூக்கி சாக்கடையில் எறிந்தாள்...

நட்பு ரீதியாக சமூக அக்கறை கொண்டவளாக சகா பொது ஜனமாக உயர் பதவியில் இருக்கும் நீ ஏதாவது செய் என்பது போலவும்...

மற்றோன்று தற்காப்பு கலையை பள்ளி மாணவர்களுக்கு.. குறிப்பாக பெண் குழந்தைகளுக்கு…

கற்றுக்கொடுக்க தமிழக தலைமையகத்துக்கு…....

வீட்டை நெருங்கியவுடன் சரவணன் ,ஆர்த்தியுடன் இன்னொரு குரல் கேட்பதை காதில் வாங்கியபடி வாசலில் நின்றாள் .... எங்கோ பரிட்சயமான குரல் போல்தெரிந்தது .. தாமதிக்காமல் உள்ளே சென்றாள்...ஆரியன் அங்கு அமர்ந்திருப்பதை பார்த்து உறைந்து நின்றாள்...அவள் கண்களில் கண்ணீரை அடக்க முடியவில்லை . அவன் உத்ராவை பார்த்து புருவங்களை ஏற்றி ஏற்றி

இறக்கினான்...அவளை இனியும் வறுத்த வேண்டாம் என நினைத்தவன் அவள் அருகில் வந்து அவள் தோள்களின் மீது கைகளை வைத்து ஒரு பார்வையை செலுத்தினான்... அந்த அர்த்தத்தை அவர்கள் இருவர் மட்டுமே அறிந்தனர்... அவன் சட்டைக்குள் கடலில் இருந்து பொறுக்கிய அவர்களின் காதல் துளிகளை ஈரமாக சேர்த்து வைத்திருந்தான்.. அது அவள் கைகளில் தட்டு பட அங்கு எட்டு கண்கள் கண்ணீர் சொரிந்தன.......

இங்க இருக்குற யாரு தான் தப்பு பண்ணல எல்லோரும் ஏதோ ஒரு விதத்தில் தப்பு பண்ணி இருப்போம்.

இதோ இந்த மகேஸ்வரியே எடுத்துப்போம் ;

அவ ஒரு டீச்சரா ஒரு சித்தியா இருக்கும் பட்சத்தில் அவள் செய்தது தப்புதான் ஆனால் அதே அவ இடத்துல இருந்து பாருங்க அவ புருஷன் முதல் பொண்டாட்டியோட இருந்து இருக்கனும் ஆனால் கொடுத்து வைக்கல .. சரி.. இரண்டாம் தாரம் மா இவள் வந்தாள் இவளும் அவன் கூட நல்லா வாழனும் அப்படி என்ற கண்ணோட்டத்துலதான் கண்டிப்பாக வந்திருப்பாள். ஆனால் மஞ்சுநாதன் ஒழுங்க இருந்திருந்தா இவ ஏன் "அவன் மட்டும் தான் தினம் ஒரு பொண்ணு கூட படுப்பான்னா ஏன் என்னால்ல முடியாதா என்ற ஒரு எண்ணம்

வைக்காமால் இருந்திருந்தால் அந்த செக்ஸ்கு அடிக்ட் ஆகி இருக்க மாட்டாள் இந்நேரம் அவள் உயிரோடு இருந்து இருப்பாள் .

அந்த எம். எல். ஏ திருமூர்த்தி....

இவன் சாதிகள் பெயரை சொல்லி ஒதுக்கப்படாம இருந்திருந்தால் , இவனை சிறுவயதில் கண்காணித்து வளர்த்து இருந்தால் அவனிடம் விளையாட வந்த சிறுபெண்ணாகிய உத்ராவை தவறான நோக்கத்துல இவன் முத்தம் கொடுக்காமல் இருந்திருந்தால் , இவன் சாதி பிரச்சினை காரணமாக ஸ்கூல் டிராப்பவுட் ஆகாமல் இருந்தால் இதை எல்லாம் மனதில் திணித்து அவன் எம் எல் ஏ ஆகமால் இருந்தால் , அந்த சின்ன பெண்ணை திருமணம் என்னும் பெயரில் சீரழிக்காமல் இருந்திருந்தால் ;அவன் உயிரோடு இருந்திருப்பான்.

டீயிஓ நாகராஜ் ....

அவன் சின்ன வயசுல அவன் வளர்ந்த விதம். பணம் பதவி வந்துவிட்டாள் தனக்கு வேண்டிய எதுவேண்டுமென்றாலும் கிடைக்கும் என்ற நம்பிக்கை அவனுக்குள் இருந்தது ஏனெனில் அவனுக்கு இந்த சமுதாயம் வழங்க தயாராக இருந்தது. உயர் பதவியில் இருக்கும் ஒருவர் செய்வது தவறு என தெரிந்தும் அவர்களிடம் தங்களது வேலைகளை சாதித்து கொள்ள

எதுவேண்டுமானாலும் கொடுக்க இந்த சமூகம் தயாராக உள்ளது.

வலசரவாக்கம் இன்ஸ்பெக்டர் கணேசன் எடுத்துக்குங்க

அந்த நைட் ஒரு மணிக்கு அந்த மைனா வந்து கம்ப்ளைன்ட் பண்ணும்போது இவன் சிரியாஸ்ஸா எடுத்துக்கொண்டு இருந்தாவோ இல்லை அப்பவே ரவுண்டஸ் போயிருந்தாலோ இந்நேரம் மகேஸ்வரி உயிரோடவாச்சு இருந்திருப்பா ஆனா அவன் அப்படி பண்ணல ..அது அவன் பண்ண தப்புன்னு கூட சொல்லலாம் இல்ல அவன் சோம்பேறி தனமுன்னு சொல்லலாம் இல்ல அவ திரும்ப வந்துருவா நாம எதுக்கு வீணா தேடனும் அப்படி கூட அவன் மனசுல ஓடிட்டு இருந்திருக்கலாம்....

என்னதான் இவங்க எல்லாம் தப்பே பண்ணி இருந்தாலும் இவங்க பக்கமும் எதோ ஒரு விதத்துல இந்த மாதிரி சின்ன சின்ன நியாங்கள் இருக்கலாம் இல்லையா........!!!!????

ஒரு சமுதாயங்கிறது ஒரு ஸ்டேடியம் மாதிரி... அதுல இரண்டு அணி மோதுனா ஒரு அணியில ஜெயிக்கரவன் இருப்பான் ஒரு அணியில தோக்கறவன் இருப்பான் இந்த இரண்டு அணியில எந்த அணி வின் பண்ணாலும் அந்த அணில இருக்குற யாருக்கும் எந்தவித பாதிப்பும்

ஏற்படுறது இல்லை.... அதே மாதிரி தாங்க இந்த சமுதாயத்தில நல்லவன் இருப்பான் கெட்டவன் இருப்பான் இவங்க ரெண்டு பேரும் அடிச்சுக்கறதுனால அவங்களுக்குள் எந்தவித பாதிப்பும் இல்லை. பாதிப்பு யாருக்குன்னா அந்த கிரவுண்ட்க்கு தான்.... இந்த சமுதாயத்துக்கு தான்.... இதுல அடிக்கறவனுக்கும் அடி விழும் அடி வாங்குறவனுக்கும் அடி விழும் ஆனா வலியும் தழும்பும் மட்டும் இந்த சமுதாயத்துக்கு ஏற்படும்.

புரியலை இல்லை இப்போ ஒரு ஸ்கூல் எடுத்துப்போம் அதுல ஒரு ரெண்டு கிளாஸ் எடுத்துப்போம் அதுக்கு ஒரு பேர் வச்சுக்கலாம் 12த் A ,12த் B அப்படின்னு ஒரு பேரை வச்சுக்கலாம்

இப்போ 12த் ஏ கிளாஸ்க்கு எந்தவொரு டீச்சரும் வரலை எல்லாம் அமைதியா இருக்காங்க அந்த வழியா ஒரு ஸார் கிராஸ் பன்னி போனார் அந்த கிளாஸ் பத்தி இந்த ஸார் என்னா சொல்லுவாரு "ச்சே என்ன கிளாஸ் டா இது டீச்சர் இல்லனா கூட அமைதியா இருக்காங்களே இந்த கிளாஸ்க்கு ஒரு நாள் கிளாஸ் எடுக்க போகனும்" அப்படி ன்னு சொல்லுவாரு. அதே மாதிரி 12த் பீ க்கும் எந்தவொரு டீச்சரும் வரலை பிரி பீரியட் ன்னு வச்சுக்குங்க அந்த கிளாஸ் ல. அப்போ இரண்டு பசங்களுக்கு சண்டை வந்துருது அப்போ அந்த வழியா கிராஸ் பண்ணி

அந்த சார் போறாறு . "ச்சே இது எல்லாம் என்ன கிளாஸ் அப்படின்னு திட்டிட்டே போய் அந்த கிளாஸ் டீச்சர் கிட்ட சொல்லிர்ராரு உடனே அந்த டீச்சர் வந்து மொத்த கிளாஸ்க்கும் பனிஷ்மென்ட் தருவாங்க. நீங்க நல்லா கவனிச்சா உங்களுக்கே தெரியும் இதுல்ல 12 த் பீ என்பது தான் ஒரு சமுதாயம் அப்படின்னு வச்சுக்காட்டா இதுல யாரோ ஒரு இரண்டு பேர் சண்டை போடுறாங்க ன்னு வச்சுப்போம் அந்த இரண்டு பேர்ல ஒருத்தன் நல்லவன் ஒருத்தன் கெட்டவன்னு வச்சுக்கலாம் இவங்க இரண்டு பேர் சண்டை போடறதுன்னால மொத்த சமூகமே பாதிக்குது.

இன்னும் தெளிவா சொல்லனும்னா ஒரு பாகிஸ்தானியோ இல்ல ஒரு ஆப்கானிஸ்தானியோ... யாரோ ஒருத்தன் அகதியாவோ இல்ல முறைகேடாவோ நம்ம நாட்டுக்குள்ள வந்துட்டா முதல்ல நாம அவனை தீவிரவாதியா தான் பார்ப்போம். அங்கே யாரோ ரெண்டு பேரு துப்பாக்கி எடுத்து சண்டை போட்டுட்டு இருக்கறதனால நம்ம கண்ணுக்கு அவங்க ஒரு தீவிரவாதிகளா தெரியுறாங்க அதே சமயம் அங்கிருக்குற அப்பாவி மக்களை கூட நாம அப்படி தான் பார்ப்போம் . இங்கே சமுதாயம் அப்படிங்கறது ஒரு குழுவாக வாழும் மக்களை தான் சொல்லுறோம் அதுல ஒருத்தன்

தப்பு பண்ணாக் கூட பாதிப்பு என்னமோ சமுதாயத்துக்கும் சேர்த்துதான்...

உதாரணமா என்னதான் மகேஸ்வரி, நாகராஜ், திருமூர்த்தி இவங்க எல்லாம் கேடு கெட்டவங்களாவே இருந்தாலும் இவங்க செத்ததுனால பாதிக்கப்பட்டது சமுதாயம் என்ற அவங்க குடும்பம்... அவங்களுக்கும் நிறைய எதிர்பார்ப்பு இருக்கும் . இவங்கள நம்பி நிறைய பொறுப்புகள் இருக்கும். இப்போ இவங்க இறந்ததுனால அந்த குடும்பத்துக்கு எவ்வளவு பெரிய பின்னடைவா இருக்கும்.....!!!!! அந்த இடத்துல ஒரு கணவன் மனைவிய இழந்து இருப்பான் ..... ஒரு குழந்தை தன் அப்பாவ இழந்து இருக்கும்...., ஒரு மனைவி தன் கணவனை இழந்து இருப்பா,...... ஒரு அம்மா தன் பிள்ளையை இழந்து இருப்பா..... இதெல்லாம் ஒரு சமுதாயத்துக்குள்ள ஏற்பட்ட பாதிப்பு.......

இந்த சமூகம் எப்போதும் இரண்டு கருப்பைகளை வைத்துள்ளது ...அந்த கருப்பைகளிலிருந்து பிறக்கும் குழந்தைகள் எப்போதும் எதிர் எதிர் திசையில் நிற்கின்றனர் .

நல்லவன் -கெட்டவன்

சுயநலமிக்கவன் -பொதுநலமிக்கவன்

திருடுபவன் -திருட்டை தடுப்பவன்

சமுதாயத்திற்கு உதவுபவன் -சமுதாயத்தை சுரண்டுபவன்

பிறரை வாழ வைப்பவன் -பிறர் வாழ்வை கெடுப்பவன்

பிறருக்கு குழி பறிப்பவன் -பிறருக்கு தோள் கொடுப்பவன்

தன் குடும்பத்தை மட்டும் பார்ப்பவன் - பிறரையும் தன் குடும்பமாக பார்ப்பவன்

கடமையை செய்பவன் -கடமையை மறுதளிப்பவன்

பெண்களிடம் சில்மிஷம் செய்பவன் - அதை தட்டி கேட்பவன்

பிறர் வாழ்வை கெடுக்கும் பெண்கள் - தன வாழ்வு கெட்டாலும் பிறரை வாழ வைக்கும் பெண்கள்

....
....

எனகூறிக்கொண்டே போகலாம் ..

நம் வாழ்வு ஒரு சூட்சுமம் நிறைந்தது . நம் முன்னே நடக்கும் நல்லவர்களும் தீயவர்களும் அவரவர்களுக்கான நியாய ரதங்களில் ஏறி அவரவர் குதிரைகளை விரட்டுகின்றனர்... அவற்றில் தீயவருடைய ரதத்தை வழி மறித்தால் நாம் நமது கருணையை கொலை செய்து அறத்தை வளர்க்கிறோம் என்று பொருள் கொள்ளப்படும்.

நல்லவர்களின் ரதத்தை வழி மறித்தால் நாம் அறத்தை கொன்று நமது கருணையை வளர்க்கிறோம் என பொருள் கொள்ளப்படும்.

நம்மால் தீயவர்கள் செய்வதை பொறுத்துக்கொள்ளவும் முடியவில்லை ; அவர்கள் தீயவர்கள் என முழுமையாக வேறுக்கவும் முடியவில்லை ;;;.. அவை இரண்டுக்கும் மத்தியில் சிக்கி இருப்பதே நம் வாழ்வு அத்தகைய வாழ்க்கையை வாழ்க்கையாகவே வாழ்வோம்....

நன்றி ....!!!

மீண்டும்

சந்திப்போம் .....!!!!

www.ingramcontent.com/pod-product-compliance
Ingram Content Group UK Ltd.
Pitfield, Milton Keynes, MK11 3LW, UK
UKHW042100021026
15589UKWH00001B/95

9 789355 332080